# सीतेची मुक्ती

**वोल्गा** (पोपुरी ललिता कुमारी) या तेलुगुतील प्रख्यात स्त्रीवादी लेखिका आहेत. आजवर त्यांची जवळपास पन्नास पुस्तकं प्रकाशित झाली असून, त्यात पुढील मुख्य साहित्यकृतींचा समावेश होतो : *स्वेच्छा* (*फ्रीडम*, १९८७; कादंबरी), *राजकीय कथालु* (*पॉलिटिकल स्टोरीज्*, १९९२), *निली मेघालु* (*ब्ल्यू क्लाउड्स*, १९९३; संपादित स्त्रीवादी-काव्यसंग्रह), *चरित्र स्वरलु* (*व्हॉइसेस ऑफ हिस्ट्री*, २००१; नाटक) आणि *माकु गोदालु लेऊ* (*वी हॅव नो वॉल्स*, १९८९; स्त्रीवादी निबंध). वोल्गांनी अन्य भाषांतून तेलुगुत अनुवाद केलेल्या साहित्यात पुढील मुख्य कृतींचा समावेश होतो : ॲग्नेस स्मेडली लिखित *डॉटर ऑफ अर्थ* (१९२९), नवल अल् सादवी लिखित *वुमेन ॲट पॉइंट झिरो* (१९७५), ओरियाना फलासी लिखित *लेटर टू अ चाइल्ड नेव्हर बॉर्न* (१९७५) आणि रिचर्ड ॲटनबरो यांचे *गांधी* (१९८२).

वोल्गा यांना आजवर अनेक पुरस्कारांनी सन्मानित करण्यात आले असून, त्यात प्रामुख्याने पुढील पुरस्कार आहेत : सर्वोत्कृष्ट कथालेखनासाठी नंदी पुरस्कार (आंध्र प्रदेश सरकार, १९९८), सर्वोत्तम स्त्री लेखिका पुरस्कार (तेलुगु विद्यापीठ, १९९९), सुशीला नारायण रेड्डी पुरस्कार (२००९), कंदुकुरी वीरसलिंगम् साहित्य पुरस्कार (२०१३), लोकनायक फाउंडेशनचा पुरस्कार (२०१४) आणि साहित्य अकादमी पुरस्कार (२०१५). सध्या त्या अस्मिता रिसोर्स सेंटर फॉर वुमेन, हैदराबाद येथे कार्यकारी अध्यक्ष आहेत.

D9900052

# सीतेची मुक्ती

## वोल्गा

अनुवाद : सौ. सुलोचना मलिकवाडकर

MANJUL

मंजुल पब्लिशिंग हाउस

*First published in India by*

MANJUL

## Manjul Publishing House

*Pune Editorial Office*
•Flat No. 1, 1ˢᵗ Floor, Samartha apartment, 1031,
Tilak Road, Pune – 411 002
*Corporate and Editorial Office*
• 2 Floor, Usha Preet Complex,
42 Malviya Nagar, Bhopal 462 003 – India
*Sales and Marketing Office*
•7/32, Ansari Road, Daryaganj, New Delhi 110 002 – India
Website: www.manjulindia.com
*Distribution Centres*
Ahmedabad, Bengaluru, Bhopal, Kolkata, Chennai,
Hyderabad, Mumbai, New Delhi, Pune

*The Liberation of Sita* by *Volga* – Marathi Edition

First published in Marathi by Manjul Publishing House Pvt Ltd.
By arrangement with HarperCollins Publishers India Private Limited
Original Telugu language Vimukta © Volga (Popuri Lalitha Kumari)

English translation © T. Vijaya Kumar and C. Vijayasree

Marathi language translation © Manjul Publishing House Pvt Ltd.

Volga asserts the moral right to be identified as the author of the work.

Marathi edition first published in 2021

Translation by Sulochana Malikwadkar

**ISBN 978-93-90924-33-2**

Printed and bound in India by Thomson Press (India) Ltd.

# अनुक्रमणिका

# पुनर्भेट

**ती** सूर्यास्ताची वेळ होती... लालसर किरण पसरले होते. त्या किरणांनी अरण्य अक्षरशः उजळून निघालं होतं. अग्निज्वाला बाहेर पडल्याचा आभास होत होता. काही वेळाने अंधारून येऊ लागलं. पक्षी थव्याने घरट्याकडे परतू लागले. त्यांच्या आवाजाने अरण्य व्यापलं गेलं होतं. हरणांचे कळप जात होते. आपल्या दिवसभराचा थकवा पळवून लावण्यासाठी हरणं बागडत होती. थोड्याच वेळात चंद्राचा शीतल प्रकाश पसरू लागला. तो आश्रम विलक्षण शांत दिसत होता, जणू एखाद्या चित्रकाराने चित्रात रेखाटल्यासारखा!

संध्यासमयीच्या धार्मिक कार्यक्रमांना आश्रमात सुरुवात झाली. दिवेलागण झाली. स्तोत्रांच्या, प्रार्थनांच्या घोषाने आश्रमातलं वातावरण तरंगित झालं. फुलझाडांना, फळझाडांना पाणी घालून काही स्त्रिया विश्रांती घेत होत्या; तर काही जणी संध्यासमयीच्या पूजेसाठी फुलांचे हार गुंफण्यात व्यग्र होत्या. अरण्यात हिंडून-फिरून आलेली मुलं आश्रमात परतली होती. ती त्यांच्या आईला बिलगून बसली होती. काही माता मुलांना संध्यासमयीच्या स्तोत्रपठणासाठी तयार करत होत्या. पण एका लहानशा आश्रमातली एक आई मात्र आपल्या मुलांची वाट बघत तिष्ठत उभी होती.

तिचं सगळं आयुष्य मुलांभोवतीच केंद्रित झालं होतं. त्या माऊलीच्या डोळ्यांत ते स्पष्टपणे जाणवत होतं. तिचे डोळे नेहमीच

औत्सुक्याने, प्रेमाने भरलेले असायचे. पण आता त्या डोळ्यांत एक अनामिक काळजी होती.

ती होती – सीता.

खरं तर या वेळेपर्यंत तिची मुलं वनातून नेहमीच परतायची. आपण वनातून खुडलेली फुलं आईने सायंपूजेसाठी वापरावीत असं त्या दोघांनाही वाटत असे. पण ती निनावी आणि कधीच माहीत नसलेली फुलं चक्क पूजेसाठी वापरायला सीता फारशी उत्सुक नसे. मुलांनी यावर शक्कल लढवली. त्या फुलांना मुलं वेगवेगळी नावं देत असत. तरीही त्या मातेला ते पटायचं नाही. मग मुलं खट्टू व्हायची. आता आपल्या लेकरांची नाराजी दूर करण्यासाठी सीता ती फुलं देवाला वाहायची. आनंदाने भारलेली मुलं मग खड्या आवाजात गाणी गायची. त्या आनंदसुरांनी अख्खं अरण्य भरून जाई.

... पण आज मात्र लव आणि कुश नेहमीची वेळ होऊनही परतले नव्हते. त्यांच्या जीवाला काही धोका असेल का, असं भय मात्र सीतेला मुळीच वाटत नव्हतं. कारण मुलांसाठी अरण्यातली प्रत्येक वाटा अगदी ओळखीची होती. लव–कुशचा जन्मच मुळी वनातला! ते वन–पुत्र होते जणू! पण आज त्यांना उशीर होण्यामागचं कारण काही सीतेला कळत नव्हतं. तिचं मन आता भयशंकेनं व्यापू लागलं. मुलं अयोध्यानगरीत जाऊन आली होती, तेव्हापासून सीतेचं मन मुलांबाबत सचिंत होतं. एक अज्ञात भीती तिला आतून पोखरत होती. तिला मुलांच्या जीवाला काही झालं असेल, ही भीती नव्हतीच. भीती होती ती अयोध्येच्या संदर्भानेच.

अंधार आणखी गडद होत होता. त्या अंधारात सीतेचे डोळे म्हणजे जणू दोन दिव्यांसारखे चमकत होते. अखेर ती दोन मुलं पोहोचली. सीतेने सुटकेचा निःश्वास टाकला. लगोलग तिनं उशीर होण्यामागचं कारण विचारलं. लवने फुलांची रास तबकात ओतली. त्या फुलांच्या सुगंधाने आश्रमकुटी सुगंधित झाली.

लालतांबडी, शुभ्र, पिवळी अशी नानारंगी फुलं जणू त्या तबकातून हसत होती. इतकी वेगळी फुलं सीतेने याआधी कधीच नव्हती पाहिली. असा सुगंध तिने याआधी कधीच अनुभवला नव्हता. फुलांचा नजराणा मातेसमोर ठेवत काहीशा अभिमानाने ती दोन बालकं आपल्या आईकडे पाहत होती.

''इतकी सुंदर फुलं! कुठून आणलीत बरं?'' सीतेने प्रश्न विचारत त्या फुलांना स्पर्श केला.

''माते, आज आम्ही एक नवीन उद्यान शोधलं. असं अद्भुत उद्यान यापूर्वी आम्ही कधीच पाहिलं नव्हतं. ऋषी वाल्मिकी ज्या नंदनवनाचं वर्णन करतात, त्या वनातही अशी फुलं नसावीत.'' कुश म्हणाला. लवनेही मान हलवत याला संमती दर्शवली.

''कुश, कोणाचं आहे ते उद्यान?'' सीतेने विचारलं.

''माते, काय सुंदर आहे ते उद्यान! अप्रतिम रचना आहे त्याची. पण त्या उद्यानाची मालकीण मात्र अत्यंत कुरूप आहे. आम्ही फुलं खुडत असताना ती कुरूप मालकीण तिथे आली होती. खूप घाबरलो आम्ही.'' धीर एकवटत लव म्हणाला, ''आम्ही तर आश्रमातली मुलं आहोत. आम्हाला पूजेसाठी फुलं हवी आहेत असं म्हणून आम्ही तिथून पळ काढला. अरे बापरे! किती भयप्रद चेहरा होता तो! अत्यंत कुरूप!'' लवच्या बोलण्यात एकाच वेळी भीती आणि घृणा होती.

''हे योग्य नाही बाळांनो! माणसाची त्याच्या बाह्यरूपावरून पारख कधीच करायची नसते. त्या स्त्रीनेच ते सुंदर उद्यान उभं केलं असेल ना?'' सीता मुलांना समजावू लागली.

''माते, तिला ना नाक होतं, ना कान. जणू कोणीतरी ते छाटूनच टाकले असावेत.'' कुशचा चेहरा अगदी विचित्र झाला होता.

कोणी तरी आपल्याला फटकारत आहे असंच झालं सीतेला. तिनं विचारलं, ''नाक आणि कान नाहीत तिला?''

''हो तर, आधी तिला नाक आणि कान असावेत; पण नंतर कोणीतरी ते छाटले की काय अशीच दिसत होती ती. हो ना बंधू?'' लवने भावाला विचारलं.

आता मात्र सीतेची खात्री पटली. शूर्पणखा? ती नक्कीच शूर्पणखा असेल. रामाला भेटण्याच्या इच्छेपोटी ती आली होती... जवळपास अठरा वर्षांपूर्वी. पण तेव्हा किती बरी दिसायची ती. रामाने आणि लक्ष्मणाने चालवलेल्या क्रूर थट्टेनेच ती कुरूप झाली. पण ती खरंच इथल्या वनात राहत असेल का? काळ कसा भराभर निघून जातो.

आधी रामाने शूर्पणखेला अपमानित केलं; मग याचा प्रतिशोध घेण्यासाठी रावणाने माझं अपहरण केलं.

पुरुषांना त्यांचा पुरुषार्थ सिद्ध करता यावा यासाठीच स्त्रियांचं अस्तित्व आहे का? शूर्पणखा ही रावणाची बहीण आहे, हे त्या दोन बंधूंना माहीत नसतं, तर कदाचित त्यांनी तिचा असा पाणउतारा केला नसता. रामाला तर रावणाशी युद्ध करण्यासाठी कारणच हवं होतं. शूर्पणखेमुळे ते कारण मिळालं.

होय! राजनीती होती ही.

बापुडी शूर्पणखा! प्रेमाची याचना करत ती रामाकडे आली होती. आता त्या स्त्रीवर कोण प्रेम करेल, जिचे नाक आणि कान छाटले आहे?

तिनं सबंध आयुष्य प्रेमाशिवाय असंच व्यतीत केलं असेल का?

की त्या उद्यानातल्या फुलांवर आपल्या प्रेमाचा वर्षाव केला असेल तिने?

की अंतर्मनात दबलेल्या सौंदर्यासक्तीचं प्रकटीकरण म्हणून तिनं ते उद्यान उभारलेलं असेल?

तिच्या हृदयातील ऋजुतेचा अविष्कार म्हणजे उद्यानातली फुलं असावीत का?

बिच्चारी शूर्पणखा!

❦

सीतेचे पाणावलेले डोळे पाहून लव-कुश आश्चर्यचकित झाले.

''माते, हे काय! त्या अनोळखी स्त्रीच्या कुरूपतेबाबत ऐकून तू इतकी दुःखी झालीस?''

सीतेने आपले अश्रू पुसले आणि स्मित करत म्हणाली, ''तुम्ही मला त्या उद्यानात उद्या घेऊन जाल?''

लव आणि कुश एकमेकांकडे अविश्वासपूर्ण नजरेने पाहू लागले.

''मला खरंच तुमच्यासोबत यायला आवडेल. तुम्ही न्याल ना मला तिकडे? ती वाट लक्षात आहे ना तुमच्या?'' सीतेचं बोलणं ऐकून त्या दोघांचाही आनंद गगनाला भिडला.

आपल्या आईला त्या उद्यानात घेऊन जायचं या कल्पनेनेच ते हर्षभरित झाले. अरण्यातली त्यांना परिचित असलेली ठिकाणं आईला दाखवावीत असं त्यांना नेहमीच वाटायचं. पण सीता कधी त्यांच्याबरोबर अरण्यात गेली नव्हती. ती कधी तरी आश्रमातल्या इतर स्त्रियांसह जात असे. आईचा हात धरून तिला उद्यानाकडे नेण्याच्या कल्पनेने दोन्ही मुलं आनंदून गेली होती. आपण आईला अगदी हळूवार जपून नेऊ, अरण्यातली अनेक अद्भुत ठिकाणं तिला दाखवू... या विचारात ती झोपी गेली.

खरं तर कधी एकदा रात्र संपते असं त्यांना झालं होतं.

सीतेसाठी मात्र ती रात्र जड अंतःकरणाने व्यापलेली होती. रात्रभर अस्वस्थ होती ती. कितीही विसरायचा प्रयत्न केला, तरी गतआठवणींनी तिच्या मनाचा कब्जा घेतला होता.

शूर्पणखेची ती ऐटदार चाल. तिनं केसात माळलेला जाईचा गजरा. पिवळ्या कण्हेरीच्या फुलांचा गळ्याभोवतीचा हार. मनगटावरचे निलांबरीचे गजरे. जणू फुलांची नाजूक वेल पसरलेली असावी अशीच होती शूर्पणखा.

माझ्या साजशृंगाराकडे, दागिन्यांकडे पाहून चकितच झाली होती ती! मी इतके अप्रसन्न आणि सुगंधहीन दागिने का बरं वागवत असेन, असं वाटलं असावं तिला. माझ्याकडे बघितलं पण एक शब्दही बोलली नव्हती ती. ती थेट रामाकडे गेली होती. मी माझं काम करत राहिले. अर्थातच माझे कान त्यांच्या संभाषणाकडेच होते. पण थोड्याच वेळात आश्रमात रक्तपात घडला.

एका स्त्रीच्या काळीज पिळवटून टाकणाऱ्या किंकाळ्या!

त्या कृत्यासाठी तिनं किती शिव्याशाप दिले आम्हाला.

असं वाटतंय की, त्या शापातून अजूनही सुटका झालेली नाही आमची.

कोणताच पुरुष तिच्यावर आता प्रेम करणार नाही.

ज्या पुरुषानं माझ्यावर प्रेम केलं होतं, त्यानं तर माझा त्याग केला.

शेवटी दोन्ही कथांचा शेवट एकच झाला का?

मला पाहिल्यावर शूर्पणखा काय म्हणेल ?

त्यावेळचा राग अजूनही तिच्या मनात असेल तर माझ्याशी काहीच बोलणार नाही ती. पण मला मात्र तिला पाहायचंय, मी भेटेनच तिला.

दिवस उजाडला. सकाळची कामं उरकून लव-कुश आपल्या मातेला वनात घेऊन जायला तयार झाले.

''माते, आज मी तुला माझा 'राजा' दाखवेन.'' – लव.

लवने एक जंगली हत्ती पकडला होता. त्याला माणसाळवले होते. दोन्ही भाऊ त्याच्यावर बसले.

''माते, तू बस ना हत्तीवर?'' लवने अत्यंत प्रेमाने विचारले.

''नाही बाळा, मला पायी येणंच आवडेल.'' सीता असं म्हणाली खरी; पण तिला यापूर्वी राजेशाही हत्तीवरून निघालेल्या मिरवणुकांची आठवण झाली. मुलांना मात्र वाटलं की, आपली आई हत्तीवर बसायला घाबरते आहे.

''ती हत्तीवर कशी बसू शकेल? तिला भीती वाटेल.'' कुशने लवला समजावलं.

लव-कुश दोघेही मातेला मार्गातले त्यांचे वेगवेगळे मित्र म्हणजेच प्राणी दाखवत पुढे चालले होते. मुलांच्या गोष्टी ऐकत ती चालल्यामुळे तिला पायी प्रवासाचा शीण जाणवत नव्हता.

''माते, हेच ते उद्यान.''

सीता अक्षरशः खिळली. ते उद्यान म्हणजे जणू निसर्गाचं मुक्तहास्य होतं. 'अशोक वाटिका' या उद्यानाच्या तुलनेत नक्कीच फिकी होती.

शूर्पणखा, तुझ्यावर खरंच कृपा झाली आहे... सीता विचार करू लागली.

''माते, आत जाऊ.'' मुलं म्हणाली.

''नको. मी एकटीच जाते आत. तुम्ही अरण्यात संध्याकाळपर्यंत हिंडा. मग इथे या. आपण मिळून आश्रमात जाऊ.'' ती मुलांना म्हणाली.

थोड्या अंतरावर तिला एक स्त्री दिसली. ती पाठमोरी आकृती पाहताच सीतेला ती शूर्पणखाच असल्याची खात्री पटली.

पुढे होत तिने हळूच हाक मारली, ''शूर्पणखा!''

शूर्पणखेने मागे वळून पाहिलं; पण तिने सीतेला मुळीच ओळखलं नाही.

''तू कोण आहेस माते? तू वाट विसरलीस का? तुला माझं नाव कसं माहीत?'' तिनं विचारलं.

''मी वाट चुकलेले नाही, शूर्पणखा. मी योग्य मार्ग शोधत इथवर आले. मी सीता.''

शूर्पणखा आश्चर्यचकित झाली.

सीता? ही खरंच सीता आहे! किती बदलली आहे ही!

तिला जड दागिन्यांनी मढलेली सीता आठवत होती. तेव्हाही तिने सीतेला निरखून पाहिलंच नव्हतं.

हीच का ती चक्रवर्ती श्रीरामचंद्रांची राजपत्नी? ज्याने रावणाचा वध केला आणि संपूर्ण दक्षिणेत आर्यांचं साम्राज्य वाढवलं.

शूर्पणखेचा विश्वासच बसत नव्हता.

हिच्या अंगावरती ही सुती वस्त्रे? हे फुलांचे दागिने?

हिची त्वचा अशी काळवंडलेली का? खरंच ही सीता आहे? रामाची सीता?

''सीता? तू त्या श्रीरामाची... ''

शूर्पणखेचा प्रश्न मध्येच थांबवत सीता स्वाभिमानाने म्हणाली, ''होय, मी सीता... मी जनकपुत्री जानकी. मी पृथ्वीकन्या.''

''मग श्रीरामाचे काय?'' शूर्पणखा पुरती गोंधळली होती.

''श्रीराम? त्यांनी तर माझा त्याग केला आहे. सध्या मी ऋषी वाल्मिकींच्या आश्रमात वास्तव्यास आहे.''

शूर्पणखेला आता काहीच सुचेना. श्रीरामाने सीतेचा त्याग केला? राम-सीता यांच्यातील प्रेमाची शूर्पणखेइतकी कल्पना अन्य कोणालाच नसेल! रामाच्या प्रेमाखातर सीतेला जी किंमत मोजावी लागली होती, ती काही कमी नव्हती.

श्रीरामावर प्रेम करणाऱ्या स्त्रीला इतक्या अपरिहार्य क्लेशाचा सामना करावा लागू शकतो?

पण सीतेच्या चेहऱ्यावर मात्र शूर्पणखेला केवळ शांती आणि सन्मान दिसत होता. तिथे क्लेशाच्या कोणत्याही खुणा नव्हत्या.

खरंच किती प्रगल्भ झाली आहे सीता... शूर्पणखा विचार करत होती.

''माझ्या मुलांनी काल हे उद्यान आणि तुलाही पाहिलं. आज तीच मला इथे घेऊन आलीत. तुझं उद्यान किती सुंदर आणि प्रशांत आहे!'' सीता स्मित करत म्हणाली.

''ती तुझी मुलं आहेत? खरंच किती मोहक आहेत ती!''

सीतेच्या चेहऱ्यावर क्षणभरासाठी आलेला अभिमानाचा भाव शूर्पणखेने टिपला.

''या उद्यानातल्या वेली, रोपं आणि वृक्ष हीच माझी मुलं.'' शूर्पणखा म्हणाली.

''म्हणूनच ती अतीव सुंदर आहेत,'' सीता अगदी मनापासून म्हणाली.

आता शूर्पणखेच्या डोळ्यांत स्पष्ट अभिमान दिसत होता.

''शूर्पणखा, तुझं आयुष्य कसं आहे, याविषयी सांगशील मला?''

''माझं आयुष्य आहे या उद्यानासारखं... सुंदर आणि आनंदी!''

''शूर्पणखा, हे ऐकून मला खरंच खूप आनंद झाला बघ. तुझा जो घोर अपमान झाला त्यानंतर तुझं आयुष्य कसं असेल याविषयी मी सचिंत होते. तुझ्यातल्या सौंदर्यासक्तीची मला कल्पना होतीच. या कुरुपतेचा तू कसा स्वीकार केला असशील? तुझा विचार यायचा तेव्हा मला वाटायचं ही कुरूपता सहन न झाल्याने तू टोकाचं पाऊल तर उचललं नसशील? तुझी आठवण येताच माझा जीव असा त्रस्त व्हायचा.''

सीतेच्या नजरेतलं प्रेम आणि दया पाहून शूर्पणखा भावनिक झाली.

त्या दोघींच्या मनात जणू एक मैत्रीचा अनोखा बंध तयार झाला.

''तू खरंच एक निर्भय स्त्री आहेस,'' सीता म्हणाली.

सीतेचे हे कौतुकाचे प्रांजळ शब्द ऐकून शूर्पणखा पुन्हा भावुक झाली. आपली जीवनकथा सीतेसमोर कथन करावी असं तिला मनापासून वाटू लागलं.

‘‘सीते, मी आज कशी आहे हे पाहून तू असं समजू नकोस की, मला हे अगदी सहजपणे जमलं. आयुष्यानं आव्हानांचा डोंगरच रचला होता माझ्यासमोर. तो पार करूनच मी इतकी कणखर झाली आहे. सौंदर्याचा खरा अर्थ समजून घेण्याचा मी खूप प्रयत्न केला. मग त्यातूनच मला आनंदाचा शोध लागला.

‘‘मी विद्रूप झाले आणि त्यानंतरचे सुरुवातीचे काही दिवस माझ्यासाठी असह्य होते.

‘‘मला स्वतःच्या रूपाची घृणा वाटू लागली. मी स्वतःचाच द्वेष करू लागले. असेही दिवस होते, जेव्हा मी आत्मघाताचा विचार करत होते.

‘‘मला प्रेम हवं होतं. मला सौंदर्याची आसक्ती होती. मी याशिवाय जगूच शकत नाही. मी सौंदर्याची उपासक होते, पण आता माझंच रूप विद्रूप झालं होतं.

‘‘माझी कुरुपता पाहून ते सगळेच रूपवान पुरुष मला झिडकारू लागले, ज्यांच्यावर मी भाळले होते.

‘‘माझ्या आयुष्याचा नरकच झाला होता जणू! जगण्यात काहीच अर्थ वाटत नव्हता. प्रत्येक दिवशी माझं मन तीव्र वेदनेने आणि क्रोधाने पोळून निघायचं. श्रीराम, त्याचा तो भाऊ लक्ष्मण आणि तू, तुम्हा तिघांना शिव्यांची लाखोली वाहायचे मी. माझं मन तुमच्याविषयी द्वेषानं भरलं होतं. केवळ तीव्र द्वेष! प्रेमाचा लवलेशही माझ्या मनात उरला नव्हता. सौंदर्याची उपासक असणारी मी, प्रत्येक सुंदर गोष्टीचा द्वेष करू लागले होते. सौंदर्याविषयी माझ्या मनात असलेलं प्रेम आता द्वेषात बदललं होतं. प्रत्येक सुंदर गोष्टीचा मी मत्सर करत होते.’’

‘‘मी जणू चालता-बोलता ज्वालामुखीच होते. दुःखाचा खवळलेला सागरच होते.’’

शूर्पणखाची जीवनव्यथा आठवताना दोघींचीही अंतःकरणं जड झाली होती.

‘‘ शूर्पणखा, या तीव्र दुःखातून तू बाहेर कशी पडलीस?’’

‘‘खूप कठीण होतं. मला माझ्या सौंदर्याचा अभिमान होता. सौंदर्याचा खरा अर्थ शोधणं हे माझ्यासाठी खरंच खूप कठीण होतं. तुला

कल्पना नसेल की, माझं नाक मलाच किती आवडायचं. तुम्हा आर्य लोकांची टोकदार नाकं मला खूप विचित्र वाटायची. पण विचित्रपणातही सौंदर्य असतंच. माझं नाक ना खूप टोकदार होतं; ना खूप नकटं होतं. मला वाटायचं की, माझं इतकं परिपूर्ण नाक परमेश्वरानं कसं निर्माण केलं असेल? मला खूपच अभिमान वाटायचा माझ्या नाकाचा. माझ्या नाकावर मी पिवळीधमक आणि पांढरीशुभ्र जंगली फुलं लावून मी नाकाचं रूप खुलवायचे. माझ्या नाकपुड्यांवरच्या दोन्ही बाजूंना ती फुलं जणू ताऱ्यांसारखी भासायची. माझ्यावर प्रेम करणारी माणसं हळूवारपणे माझं नाक चुंबायची, तेव्हा मी रोमांचित व्हायचे.

''स्वतःचं नाक गमावणं म्हणजे नेमकं काय असतं, हे माझ्याशिवाय कुणालाच समजणार नाही. मला त्या सर्व यातनांतून जावं लागलं. माझ्या कुरुपतेमुळे त्यावेळी मनामध्ये येणाऱ्या अनेक चित्रविचित्र, दुःखद विचारांचं ओझं मी वाहत होते. प्रत्येक गोष्ट तोडून, छाटून ती सौंदर्यहीन करावी, असं मला वाटत असे.

''या रागातून बाहेर येण्यासाठी, पुन्हा एकदा सौंदर्यावर प्रेम करण्यासाठी, आकाराचं आणि निराकाराचं सार जाणण्यासाठी मला माझ्याच विरूद्ध एक लढाई लढावी लागली. या आंतरिक झगड्यात माझ्या साथीला होता तो इथला असीम निसर्ग.

''सुंदर आणि कुरूप असा भेद निसर्गात नसतो, हे समजून-उमजून घेताना मला खरंच खूप संघर्ष करावा लागला. मी अनेक वन्य प्राण्यांचं निरीक्षण केलं. मग मला समजलं की, त्यांची हालचाल आणि स्थिरता यात तसा काही फरक नसतोच. निसर्गातल्या रंगाचं रहस्य मला समजलं. मला हे समजून घेण्यासाठी कोणी गुरू नव्हता. सगळं काही माझं मीच समजून घेत गेले. निसर्गातल्या प्रत्येक कणाचा मी शोध घेत राहिले. परिणामी माझाच दृष्टिकोन बदलला. दृष्टीस पडणारं सगळं मला सुंदर दिसू लागलं. आधी मी माझ्यासकट सगळ्याचा द्वेष करायचे; पण आता मी सगळ्यावर प्रेम करू लागले, स्वतःवरही!

''एखाद्या तडफडणाऱ्या पक्ष्याकडे बघतानादेखील मला त्याच्यातलं सौंदर्य जाणवू लागलं. त्याचा प्रतिसाद जाणण्यासाठी मला असामान्य प्रयत्न करावे लागायचे.

''हळूहळू मी माझ्या हातांवरही प्रेम करायला शिकले. या हातांनी नवनिर्मिती कशी करावी, कार्य कसं करावं आणि सेवा कशी करावी, हे मी शिकले. हे सगळं होण्यासाठी दहा वर्षांपेक्षा अधिक काळ जावा लागला. सलग दहा वर्षे परिश्रम केल्यानेच आज हे फळ आलंय. हे उद्यान फुललंय.''

शूर्पणखेनं सीतेसमोर आपल्या जीवनाचा सौंदर्यानं आणि सत्यानं भरलेला प्रवास मांडला.

''शूर्पणखा, तू खरंच किती सुंदर आहेस! पुरुषाने तुझ्या सौंदर्याची प्रशंसा करावी की नाही, याने खरं तर काहीच फरक पडत नाही...'' सीता गहिवरली.

शूर्पणखेची ही परीक्षा, मी दिलेल्या अग्निपरीक्षेपेक्षा मुळीच कमी नव्हती... सीतेच्या मनात विचार आला आणि तिचे डोळे पाणावले.

शूर्पणखा अगदी मनापासून हसली.

''का? पुरुषांना डोळे नसतात? त्यांच्याकडे हृदय नसतं? मी त्या पुरुषांविषयी बोलत नाहीये, जे फक्त इतरांना कुरूप बनवतात आणि मग त्या कुरूपांचा द्वेष करतात.'' शूर्पणखा म्हणाली.

''म्हणजे तुला असं म्हणायचं आहे की...'' सीतेने आपलं वाक्य पूर्ण केलंच नाही. तिला कळत होतं की, शूर्पणखेला काय म्हणायचंय ते.

''हो, तुला वाटतंय ते अचूक आहे. मला एका पुरुषाची साथसोबत मिळाली आहे. माझ्या हातांच्या माध्यमातून निसर्गात फुलवलेलं सौंदर्य पाहून त्याला आनंद झाला. तो मला समर्पित झाला.'' असं म्हणत शूर्पणखेनं त्याला हाक मारली, ''सुधीर...''

सुधीर या नावाला साजेल असा एक पिळदार शरीरयष्टीचा देखणा पुरुष तिथे आला.

''ही सीता...'' शूर्पणखेनं सुधीरला सीतेची ओळख करून दिली.

सुधीरने हात जोडून सीतेला अभिवादन केलं.

''मी सीतेशी ओळख करून देता यावी यासाठीच तुला हाक मारली.''

सुधीर मागे वळला आणि निघून गेला. त्या क्षणभराच्या परिचयात सीतेला जाणवलं की, स्त्री आणि पुरुष यांच्यातलं असं समंजस नातं तिनं यापूर्वी कधीच पाहिलं नव्हतं.

"तुझ्या आयुष्याचं सार्थक झालं ना शूर्पणखा?'' सीता म्हणाली.

"पुरुषाशी असलेल्या नात्यातच स्त्रीच्या आयुष्याची यशस्विता नसते, हे मला कळून चुकलंय सीते. या साक्षात्कारानंतरच मला आता या पुरुषाची खरी सोबत मिळाली आहे.''

सीता अतिशय काळजीपूर्वक शूर्पणखेचं बोलणं ऐकत होती. तिच्या बोलण्यात शहाणपण आणि सन्मानाची भावना जाणवत होती. तिचं बोलणं ऐकतच राहावं, असं सीतेला वाटत होतं.

"सीते, तुझ्याविषयी सांगशील?''

"माझ्या मुलांच्या संगोपनातच मला संतुष्टी लाभली आहे.''

"पण हेच तुझ्या जीवनाचं ध्येय आहे का?'' शूर्पणखेनं प्रश्न विचारला.

"हो, मी श्रीरामाची पत्नी आहे. एक राणी या नात्यानं मी माझी कर्तव्यं पूर्ण करू शकले नाही. पण मी रामराज्याला त्यांचे वारस तरी द्यायलाच हवेत.''

"तू त्या साम्राज्यात कधीही राहिली नाहीस, तरी तुझं आयुष्य त्याच्याशी किती जोडलेलं आहे सीते...'' शूर्पणखा म्हणाली.

"होय, राजाची पत्नी आहे मी. मग यापासून सुटका आहे का माझी?'' असं म्हणून सीता हसली.

"का कोणास ठाऊक? पण मला एकूणच साम्राज्यांची आधीपासूनच भीती वाटायची. माझ्या भावानं माझं मन वळवण्याचा खूप प्रयत्न केला तरीही मी लंकेत कधीच राहिले नाही. जंगलात भटकण्यात जो आनंद आहे, तो अन्य कशातच नाही.'' शूर्पणखा म्हणाली.

"मलाही वनजीवन आवडतं. रामाने त्याग केल्यावर या अरण्यानेच माझ्या दुःखाची तीव्रता कमी केली.''

बोलण्यात इतका वेळ कधी निघून गेला, हे ना सीतेला कळालं, ना शूर्पणखेला.

''माझ्या मुलांना तर हेसुद्धा माहीत नाही की, ते श्रीरामाचे पुत्र आहेत. मी अजून त्यांना हे सत्य सांगितलं नाही. वेळ येईल तेव्हा त्यांचं त्यांना कळेलच.''

''हो, पण एकदा सत्य समजल्यावर थोडा तरी काळ ती मुलं वनात राहतील?'' शूर्पणखेने सीतेकडे दुःखाने बघत विचारलं.

''त्यांनाही हे वनजीवन खूप आवडतं,'' सीता बळेबळेच उत्तरली.

''तशीही राजे लोक वनाची किती काळजी घेतात? उलट नगरी विकसित करण्याकरिता आणि या वनातील लोकांच्या संरक्षणाकरिता वनात राहणाऱ्या मुलांना नगरीकडे स्थलांतर करावंच लागतं.''

सीतेलासुद्धा जाणीव होती की हे सगळं किती अपरिहार्य आहे.

''मग, तू काय करशील सीते? तू एकटीच ऋषी वाल्मिकींच्या आश्रमात राहशील?''

''नाही शूर्पणखा. मी या भूदेवीचा आश्रय घेईन.''

''सीता, तुझी धरणीमाता तर सर्वत्र आहे. पण तिचं या वनातलं रूप जितकं प्रसन्न आहे, तितकं अन्य कुठेच नसावं.'' आपल्या उद्यानाकडे पाहत शूर्पणखा म्हणाली. तिच्या बोलण्यात अभिमान होता.

सीता मंद हसली. शूर्पणखेने अप्रत्यक्षरित्या दिलेला सल्ला सीतेला समजला. शूर्पणखेनं दाखवलेल्या अनपेक्षित प्रेमाने सीतेचं हृदय आनंदानं भरून गेलं. तिला शूर्पणखेविषयी बहिणीच्या प्रेमत्वाचा भाव जाणवला.

''शूर्पणखा, मी येईन इकडे नक्की. लव-कुश जेव्हा अयोद्धेला जातील, तेव्हा मी पुन्हा एकदा भूमिपुत्री होईन. या शांतशीतल वृक्षांखाली मी माझ्या आयुष्याला नव्याने अर्थ देईन.''

त्यांचा संवाद अचानक थांबला. कारण मुलं तिथं आली होती.

शूर्पणखेने मुलांना उद्यानातली पक्क, चवदार फळं खायला दिली. मुलांनी त्यांचा यथेच्छ आस्वाद घेतला.

''ती बाई कोण होती?'' आश्रमाकडे परतताना मुलांनी सीतेला विचारलं.

''ती माझी अगदी जवळची मैत्रीण आहे.''

''हो का? पण तिच्याविषयी तू आम्हाला कधीच काही बोलली नाहीस?''

''योग्य वेळ आली की तुम्हाला सगळं समजेल. पण एक लक्षात घ्या – तुम्ही कुठेही जा, काहीही करा. पण या उद्यानाकडे येणारी वाट कधीच विसरू नका. हा मार्ग कधीच विसरू नका... ''

''माते, आम्ही तुला वचन देतो की, ही वाट आम्ही कधीच विसरणार नाही.'' लव आणि कुश यांनी आईला वचन दिलं.

# भूमीचे संगीत

राजा जनकाचा प्रासाद फुलांच्या सुगंधाने दरवळला होता, गायन-नृत्याने, अपार आनंदाने आणि उत्साहाने इथलं वातावरण तरंगित झालं होतं. दिव्यांच्या रोषणाईने सजलेल्या विशाल बोटीने आनंदाच्या लाटेवर तरंगावं, असंच वातावरण होतं इथे.

कारणही तसंच होतं म्हणा! जनकाची प्राणप्रिय कन्या सीता हिचा रूपवान अशा प्रभू श्रीरामांशी आज विवाह संपन्न झाला होता. अयोध्येच्या या राजपुत्राने शिवधनुष्य भंग करून सीतेची अट पूर्ण केली होती. सीतेचा रामाशी विवाह झाला तसाच, तिच्या इतर बहिणींचेही रामाच्या भावांशी विवाह संपन्न झाले होते. अयोध्या आणि मिथिला या दोन नगरी आता एकत्र आल्या होत्या. दोन्ही प्रजाजन आनंदाने परस्परांना आलिंगन देत होते.

ती मध्यरात्रीची वेळ होती. सोहळा संपन्न झाला होता. दासी राजेशाही व्यवस्था करण्यासाठी निघाल्या होत्या. त्यामुळे त्यांच्या पावलांच्या आवाजाशिवाय अन्य कोणताच आवाज नव्हता. त्या शांत पहिल्या रात्री ही नवविवाहीत जोडी एकमेकांच्या डोळ्यांत बघत हरवली होती.

आरंभीच्या त्या शांत दोन रात्रीतच सीतादेवीची रामाशी इतकी जवळीक झाली होती की, ती विनासंकोच आणि धिटाईने रामाशी

कोणत्याही बाबतीत बोलू शकत होती. मग रामालाही त्या असीम सौंदर्याचा हळूहळू उलगडा होऊ लागला.

मध्यरात्र झाली तरी झोपण्याचा विचार कुणालाच येत नव्हता. हलक्याफुलक्या गप्पा, नर्मविनोद, थट्टा–मस्करी आणि अघळपघळ स्पष्टीकरणं... प्रेमाच्या रोमांचांनी तो विशाल शयनमहल भरून गेला होता.

विश्वामित्र ऋषींबरोबर अरण्यातून जाताना आपण किती राक्षसांचा वध केला याची अतिरंजित वर्णनं सीतेला सांगायला रामाने सुरुवात केली. पण सीतेला राक्षसांच्या विनाशकथा ऐकण्यात आता तरी रस नव्हता. त्यामुळे तिनं रामाला हळूवारपणे थांबवलं.

''तुमच्या अरण्यातील प्रवासात संहाराशिवाय सुंदर असं काही घडलंच नाही का?'' सीतेची बोटं आता रामाच्या केसातून फिरत राहिली.

''आधीच माझा सावळा वर्ण. त्यात जर माझे केस तू माझ्या चेहऱ्यावर घेतलेस, तर माझा चेहरा तुला मुळीच दिसणार नाही,'' असं म्हणत रामानं तिचे हात बाजूला सारले.

''सीते, तू विचारल्यावर मला आठवतंय की मी एक अतिशय देखणं, सुंदर रूप त्या अरण्यात पाहिलं होतं.'' राम म्हणाला.

रामाला लगेच जाणवलं की, सीतेचा चेहरा पडला आहे. आता मात्र त्याला त्या रूपवान स्त्रीचं वर्णन करून सीतेला दुखवायचं नव्हतं. अगदी थट्टा म्हणूनसुद्धा. राम अजूनही तेवढा प्रौढ झाला नव्हता. त्यामुळे त्यानं घडला प्रसंग आहे तसा सांगायचं ठरवलं.

''तिला पाहिल्यावर मला हात जोडावेसे वाटले. ती एक ऋषीपत्नी होती. तिचं नाव होतं – अहल्या. तिच्या विशाल नेत्रांत पाहिल्यावर मला एका क्षणासाठी थोडी भीतीच वाटली. त्या नेत्रांत सागराची सखोलता होती... तो सागर एकाच वेळी अग्नीने आणि बर्फाने व्यापला होता. अजूनही तिचं गूढ हास्य मला स्पष्टपणे आठवतंय. क्रोध, कृपा, अनासक्ती, आपलेपणा, प्रेम – अशा अनेक भावनांचं मिश्रण तिलच्या स्मितहास्यात होतं. तिच्यातला समतोल फक्त तिच्या शरीराचा नव्हता; तर तिचं मनही संतुलित होतं. हा संयतपणा एखाद्या कठोर साधनेतून आल्यासारखा वाटत होता. तिच्याकडे बघतच राहावं असं मला वाटत होतं. त्याक्षणी

मी हात जोडून तिला नमस्कार केला. ती एखाद्या देवीसारखी प्रसन्नचित्त हसली. ऋषी विश्वामित्र मध्ये आले आणि त्यांनी मला तिच्याविषयी सत्य परिस्थिती सांगितली. माझ्या मनात तिच्याविषयी कटुता निर्माण झाली. त्या सौंदर्याला चारित्र्याचं अधिष्ठान नसल्याचं मला समजलं. पण तरीही मी तिला विसरू शकत नाही. ते नेत्र, ते हास्य मुळीच विसरू शकलो नाही.''

सीता अतिशय उत्सुकतेनं ऐकत होती.

अहल्या... या सुंदर नावाचा अर्थ – न नांगरलेली भूमी. मी तर भूमी नांगरताना सापडले; परंतु अहल्येला तर हलाचा म्हणजेच नांगराचा धक्काही नाही बसला. रामाला 'चारित्र्यहीन' म्हणजे काय अभिप्रेत काय आहे? मी विचारू शकते का रामाला?

सीता विचारात हरवली आहे, हे पाहिल्यावर रामानं तिला आपल्या हृदयाशी घेतलं. ''जेव्हा मी तुझ्याजवळ असतो, तेव्हा तुझे विचार इतरत्र जाऊ देऊ नको. तू मनाने एक क्षणही माझ्यापासून दूर गेलीस तर माझ्यासाठी ते असह्य असेल.''

त्याचे शब्द प्रेमळ होते, तरी त्यात अधिकृत आज्ञाही होती, जी सीतेने टिपली.

''माझं मन तुमच्यापासून दूर गेलेलं नाही. मी अहल्येचा विचार करत होते. चारित्र्यहीन असणं म्हणजे नेमकं काय... ''

''हे समजण्यासाठी तू तितकी प्रगल्भ नाहीस सीते! तुला नाही समजणार. त्यामुळे अशा गोष्टीविषयी तू ऐकू अथवा बोलू नयेस.'' रामाने तिच्या ओठांवर आपले ओठ टेकले. त्या बेधुंद करणाऱ्या चुंबनात सीतेला सगळ्याचा विसर पडला.

❧

अयोध्येत असताना वेळ कसा जातो हेच सीतेला समजत नसे. रामाच्या अतीव प्रेमामुळे ती भारावून जायची. सासू कौसल्यामातेकडूनही तिचे खूप लाड व्हायचे. त्यामुळे माहेरची आठवण यायचा प्रश्नच नव्हता. तशाही तिच्या बहिणी तिच्या सोबतच होत्या. दासी फुलांच्या विभिन्न

रचना दररोज करत असत. त्याची प्रशंसा करण्यावाचून अन्य काही करण्यासारखं सीतेसाठी काही उरत नसे.

प्रसन्नतेने भरलेले ते दिवस होते. एकदा कौसल्येने सीतेला आपल्या कक्षात बोलावून घेतले. साजशृंगार केलेली सीता तिथे गेली आणि तिने सन्मानार्थ कौसल्यामातेला नमस्कार केला. सीतेला भेटण्यासाठी इतर राण्याही तिथे येत होत्या. सीतेचं सौंदर्य पाहून त्या प्रशंसा करू लागल्या. आपल्या सुनेचे कोडकौतुक पाहून कौसल्यामातेला अभिमान वाटला.

''आमची सीता या पृथ्वीची कन्या आहे, ती भूमीकन्या आहे.'' कौसल्या अभिमानाने म्हणाली.

''हो तर. आम्ही ऐकलंय तसं. महाराजा जनक भाग्यशालीच म्हणायचे. त्यामुळेच सीता इतकी सुंदर आहे, अगदी अहल्येपेक्षाही.'' एक राणी म्हणाली.

सीता अगदी दचकलीच. अहल्या? जिच्या सौंदर्याची राम इतकी स्तुती करत होता – पण या राण्यांनाही ती माहीत आहे?

थोड्याच वेळात त्या सगळ्या पाहुण्या निघून गेल्या. कौसल्येने आपल्या दासींना बोलावलं आणि सीतेची दृष्ट काढायला सांगितली.

''त्या सगळ्या तुला कधी एकदा पाहतील असं मला झालं होतं, पण त्यांची दृष्ट लागायला नको तुला अशी चिंता मला सतावत होती.'' बोलताना कौसल्या हसत होती.

''पण ही अहल्या कोण आहे?''

''महर्षि गौतमांची पत्नी. दुर्मीळ सौंदर्य आणि पावित्र्य म्हणजे अहल्या. दुर्दैवाने तिला शाप मिळाला.''

''पण असं काय घडलं माते?''

''तुला काय सांगू मी? पुरुषांना स्त्रिया म्हणजे उपभोगाचं साधन वाटतं. इंद्राची तिच्यावर नजर पडली. त्याला ती हवीशी वाटली. एके दिवशी महर्षि गौतम ऋषी आश्रमात नव्हते. नेमकं हेच पाहून इंद्रानं महर्षि गौतमांचं रूप घेतलं. अहल्येला वाटलं की तिचे पती महर्षि गौतमच आले आहेत. तिने असं समजून त्याची (इंद्राची) कामेच्छा पूर्ण केली. परत आल्यावर महर्षि गौतमांना सत्य समजलं. त्या महर्षीने तिचा त्याग केला.

नेमका प्रकार लक्षात आला तेव्हा अहल्येला जबरदस्त धक्का बसला. तिचं एका शिळेत रूपांतर झालं. सध्या ती अरण्यात आहे. ना घर, ना आपली माणसं. पर्जन्य, ऊन, थंडी-वारा कशाचाच तिच्यावर परिणाम होत नाही. ती कोणालाही भेटण्यास नाकारते.''

सीतेचे डोळे अश्रूंनी वाहू लागले. आपण सीतेला जे सांगितलं त्याचा आता कौसल्येला पश्चात्ताप झाला.

''तू अजूनही लहान आहेस सीते. मी ही हकीकत तुला सांगायला नको होती. मनुष्याचं जे विधिलिखित असतं, तसंच त्याच्या आयुष्यात घडतं. यात आपण काहीच बदल करू शकत नाही. असो, मी सांगितलेलं विसरून जा. त्या दुर्देवी स्त्रीची गोष्ट विसरून जा.'' सीतेचं लक्ष अन्यत्र वळावं यासाठी कौसल्यामाता तिला आपल्या कशातून बाहेर बोलक्या पोपटाच्या पिंजऱ्याकडे घेऊन गेली.

पोपटाने जसं त्यांच्याकडे पाहिलं, तसा तो काही शब्द बोलू लागला, 'सीता-नियती, सीता-विधिलिखित.'

सीता घाबरली. ती कौसल्यामातेच्या मागे लपत बोलली, ''मी माझ्या महालात जाऊ का?''

पोपटाचं असं विचित्र बोलणं ऐकून कौसल्याही घाबरली होती. ''चल मीसुद्धा तुझ्यासोबत येते. मीही रामाला भेटते.'' तिच्यासोबतच्या दासींना रोखत कौसल्या सीतेसह त्या दोघांच्या महालाकडे निघाली. सीता दुपारपासून रामाची प्रतीक्षा करत होता. पण राम अजूनही परतला नसल्याचे समजताच कौसल्या सीतेसोबत संध्याकाळपर्यंत थांबली. सायंपूजेची वेळ होताच कौसल्या तिथून निघाली. जाताना तिने दुसऱ्या दिवशी सकाळी रामासह येण्याची सीतेला आज्ञा केली.

सीतेचं मन आता अस्वस्थ झालं होतं. अहल्येची गोष्ट आठवून तिच्या मनात भय,करुणा आणि वेदना दाटली होती. राम तिला 'चारित्र्यहीन' म्हणाला यामागचं कारण न समजल्याने तिला रागही आला होता. पण कौसल्यामाता तर अहिल्येच्या पवित्र चारित्र्याविषयी बोलल्या होत्याच की! जे घडलं त्यात अहल्येचा काहीही दोष नव्हता. तरी राम तिला चारित्र्यहीन का म्हणाला? बापुडी अहल्या! 'तिचं नशीबच दुर्दैवी!' कौसल्यामाता म्हणाल्या होत्या. पण त्यानंतर तो पोपट 'सीता-नियती,

सीता-विधिलिखित' असं का बरं म्हणत होता? ते शब्द आठवून तिचा थरकाप उडाला. तिचा माथा ठणकू लागला. इतका की, ती वेदना असह्य झाल्याने ती निद्रित झाली.

सबंध दुपारभर सीता, रामाची वाट बघत बसली होती. राम जवळ नव्हता म्हणून कौसल्यामाता तिच्याजवळ थांबल्या होत्या. संध्याकाळच्या पूजापाठाची वेळ झाल्यावर मात्र उद्या सकाळी रामाबरोबर ये, असं सांगत कौसल्यामातेने सीतेचा निरोप घेतला.

शीतल चंदनाची उटी किंवा बहिणींची सोबत कशानेच तिच्या मनाला स्वस्थता वाटत नव्हती. मध्यरात्र झाली तरीही राम परतला नव्हता. डोकं दुखत असतानाच सीतेला उशीरा कधीतरी झोप लागली.

अंतःपुरात जणू दुःखाचा सागर होता. राजप्रासादातले ते दुःखद प्रसंग आणि प्रियजनांना निरोप देऊन राम, लक्ष्मण आणि सीता नदीतीरावर पोहोचले. प्रियजनांचा जड अंतःकरणाने निरोप घेत ते होडीत बसले. तेव्हा कुठे सीता निश्चिंत झाली. ती विचार करू लागली...

जे झालं ते झालं. जोवर मी श्रीरामासोबत आहे, तोवर मला कशाने फरक पडणार आहे? राजप्रासाद तर मला लहानपणापासून परिचित आहे. आता मला निसर्ग अनुभवता येणार आहे. तिथल्या नद्या, पर्वत, अरण्य सारं काही. तिथला निवांतपणा आणि शांतता अनुभवता येणार आहे. रामालाही इथे इतर कोणतीच राजनैतिक कर्तव्यं पार पाडायची नसल्याने रामाचं प्रेम फक्त मलाच मिळणार आहे.

आहे त्या परिस्थितीत समाधानी राहायचं हा सीतेचा मूळ स्वभाव होता. अयोध्येची सीमा ओलांडल्यावर, तिला आपण घरापासून दूर न जाता आपल्याच घराकडे जात आहोत असं वाटत होतं. तिनं जेव्हा या भावना रामाकडे व्यक्त केल्या तेव्हा राम स्मित करत म्हणाला, ''तू तर पृथ्वीकन्याच आहेस. त्यामुळे हे सर्व तुझंच राज्य आहे.'' सीतेला त्या क्षणी पुन्हा अहल्येची आठवण झाली. जेव्हा कोणी तिला 'भूमिकन्या, पृथ्वीकन्या' म्हणत असे, तेव्हा सीतेला अहल्येचं स्मरण होत असे.

त्यांचा प्रवास सुरू होता. मार्गात जिथे आश्रम असत, तिथे राम थांबत असे. तिथल्या ऋषींना भेटून त्यांच्या समस्या जाणून घेत असे. राक्षस अडथळे आणतात, त्यांना त्रास देतात असं जेव्हा ते रामाला सांगत, तेव्हा राम क्रोधित होत असे. त्याच्या धनुष्याची प्रत्यंचा ताणली जात असे. प्रातःकाळची पूजा आटोपून दोघे बंधू बाहेर पडत असत. सीता ऋषीपत्नींशी संवाद साधत असे. अरण्यात राहताना तिथे कोणते खाद्यान्न कसे बनवले जाते याविषयी माहिती करून घेत असे. या भागात जवळच एक धबधबा असल्याचं सीतेला समजलं होतं. तिथे कसं जायचं याची माहिती घेऊन सीता तिकडे जायला निघाली.

तो धबधबा तसा दूर नव्हता, तसा तो फार मोठाही नव्हता. पण तो अतिशय प्रसन्न होता. स्वच्छ पाण्याचे प्रवाह कोसळत होते. त्या धारेच्या तळाशी रंगीबेरंगी गोटे होते. त्या गोट्यांवर पडलेल्या सूर्यकिरणांमुळे ते माणकांसारखे चकाकत होते.

ते विभिन्न रंगांचे दगडगोटे न्याहाळण्यात सीता हरवली होती. तितक्यात मृदू आवाज तिच्या कानावर पडला, ''कोण आहेस तू?''

सीतेनं मागे वळून पाहिलं. तिला एक स्त्री उभी असलेली दिसली. अतिशय तेजस्वी दिसणारी स्त्री. अगदी उत्स्फूर्तपणे सीता हात जोडून नमस्कार करत म्हणाली –

''माझे नाव आहे, सीता. मी श्रीरामांची पत्नी आहे.''

सीतेच्या खांद्यावर हात ठेवत ती स्त्री म्हणाली, ''बरं!''

एखाद्याच्या हास्यात इतकी करुणा असू शकते, हे सीतेनं याआधी कधीच पाहिलं नव्हतं.

''माते, तू कोण आहेस?'' तिच्या पावलांकडे बघत सीतेने विचारलं.

''मला 'अहल्या' म्हणतात.''

सीतेच्या हृदयाचा ठोकाच चुकला.

''अहल्या? तू खरंच अहल्या आहेस?''

''तू माझ्याविषयी ऐकलं आहेस?'' झाडावरून हलकेच पडणाऱ्या पारिजातकासारखा तिच्या हास्याचा नाद होता.

अहल्या खाली बसली तशी सीताही तिच्या बाजूला बसली.

''मी ऐकलं आहे तुमच्याविषयी. कौसल्यामातेनं मला तुमची कथा सांगितली आहे. खूपच अन्याय झाला तुमच्यावर!'' सीता म्हणाली.

''अन्याय?'' जणू काहीच घडलं नसल्याच्या आविर्भावात अहल्येने प्रतिप्रश्न केला.

''तुझा काहीही दोष नसताना तुला असा शाप दिला गेला!'' सीतेच्या शब्दांत दया होती.

''सीते, या जगात असे शाप अनेक स्त्रियांना मिळतात आणि भोगावे लागतात.''

''पण तो तुझा पती नाही, याची तुला कल्पना नव्हती.''

''मला कल्पना होती की नव्हती, हे तुला कुठं माहीत आहे सीते? अन्य कुणाला माहीत आहे?''

सीता चकित झाली. तिला काहीच सुचेना.

त्यानंतर संकोचानेच सीतेनं विचारलं,

''पण तुला खरंच माहीत होतं का?''

''सीते, या प्रश्नाला काहीच अर्थ नसतो.''

''मग सत्य काय आहे? ते सत्य असेल, तर त्याला काही अर्थ असेलच!'' सीतेला एकाच वेळी आश्चर्यही वाटत होतं आणि कुतूहलही.

''प्रत्येक व्यक्तीसाठी तिचं स्वतःचं सत्य असतं. सत्य आणि असत्य यांच्या व्याख्या ठरवायचे अधिकार कोणाला आहेत?''

सीता गोंधळून गेली होती. तिचा गोंधळ आणि निरागस भाव पाहून अहल्येला तिची दया आली.

''सीते, मला कल्पना आहे की, हे समजणं खूप कठीण आहे. तुला माझी ही कथा का सांगितली आणि ती कशा प्रकारे सांगितली गेली, याची मला कल्पना नाही. इंद्राने माझा उपभोग घेतला. स्त्री म्हणजे उपभोगाची वस्तू असा इतरांसारखाच त्यानेही विचार केला. मी त्याच्या कामेच्छेला सहजासहजी शरण जाणार नाही, हे त्यानं ओळखलं. तो अंधारात वेषांतर करून आला. त्यानं माझ्या पतीचं रूप घेतलं होतं. आता जगाला हा प्रश्न छळतोय की, तो माझा पती नाही हे मला ओळखता आलं का? पण माझ्या पतीसाठी तर हा प्रश्न मुळीच ग्राह्य

नाही. माझ्या भावना त्याच्या दृष्टीने मुळीच महत्त्वाच्या नाहीत. अगदी काही वेळासाठी त्याची 'वस्तू' दुसऱ्याच्या हातात होती. ती दूषित झाली. कलंकित-पवित्र, पावित्र्य-अपावित्र्य असे शब्द ब्राह्मण-पुरुषांनी अशा प्रकारे पेरले आहेत की, यात सत्य-असत्य याला काही जागाच नाही. काहीच फरक नाही.''

अहल्या बोलताना थांबली. सीतेला हे सगळं समजलं असेल का? सीतेकडे पाहिल्यावर अहल्येला तिची दया आली. आज आपल्याला हे सगळं सीतेला का सांगावंसं वाटतंय याचं अहल्येला आश्चर्य वाटलं. तिला सीतेप्रति बहिणीसारखी माया का वाटू लागली होती?

अहल्या बोलायची थांबली असली, तरी सीता मात्र तिच्याकडेच पाहत होती.

''सीते, पण तू या अरण्यात का आलीस?''

सीतेने अहल्येला सारा वृत्तांत सांगितला.

''रामाचा विरह सहन होणार नाही, म्हणून तू वनवासात आलीस?'' अहल्या हसत विचारत होती.

''होय, त्यांच्यापासून एका क्षणाचा विरह मी सहन करू शकत नाही. त्यांचंही असंच आहे. ते काही अन्य पुरुषांसारखे नाहीत.'' सीता लाजत होती.

''सगळे पुरुष सारखेच असतात सीते. त्यात विषय त्यांच्या पत्नीचा असतो, तेव्हा तर सगळेच पुरुष सारखे.''

''मुळीच नाही. माझे पती खूप वेगळे आहेत. ते सत्य-असत्य याची छाननी करतील, चौकशी करतील.''

''हो? ते चौकशी करतीलच ना!'' अहल्या म्हणाली.

''म्हणजे काय? ते करतीलच चौकशी.''

''सीते, चौकशी करण्याचा अर्थ काय होतो? अविश्वास! यापेक्षा त्यांनी तू निष्पाप आहेस किंवा अपराधी आहेस हे सरळ ठरवून टाकावं ना!''

सीता अस्वस्थ झाली. हा तर भलताच तर्क आहे. ही म्हणतीये की, सत्य अशी कुठली गोष्टच जगात नसते. ते कोणालाच माहीत नसते. पण अहल्या स्वतःचं काही स्पष्ट सांगतच नाही.

''मग तुझ्याबाबत नेमकं काय सत्य आहे, ते तू सांगणारच नाहीस का?'' सीतेने विचारलं.

'ज्यामुळे तुझ्या मनाला शांती लाभेल, ते सत्य आहे असं तू समज.''

सीतेचा चेहरा उतरला. तिला वाटलं की, अहल्येने तिचा अवमान केला आहे. मी अहल्येविषयी काय विचार करत होते, कदाचित रामच खरं काय ते सांगू शकेल. कोणी सांगावं, ही अहल्याच खरं चारित्र्यहीन असेल.

''माझ्यासारख्या स्त्रीचा स्वीकार करणं कठीण आहे सीता. मी चुकले, असं मान्य केलं तर सगळेच प्रश्न सुटतात. पण प्रत्येक चुकीला तिची शिक्षाही असते. समज मी जर 'मी काही चूक केलीच नाही', असा वाद घातला, तर ते माझ्यावर दया दाखवतील. माझ्यासोबत अन्याय झाला, असं म्हणत ते माझी बाजू घेतील. पण माझा प्रश्न वेगळाच आहे. तो म्हणजे - मी वागले ते योग्य की अयोग्य, हे ठरवण्याचा अधिकार माझ्याशिवाय अन्य कोणाला असूच कसा शकतो? माझा निवाडा करण्याचा अधिकार तुम्हाला कोणी दिला? मी जर हे प्रश्न उभे केले, तर ते त्यांना सहन होणार नाहीत.''

''पण महर्षि गौतमांनाही हा अधिकार नाही का?'' सीतेचा प्रश्न. अहल्या काय सांगू पाहतेय ते सीतेला समजतच नव्हतं.

''ते अधिकार या जगाने दिले आहेत त्यांना. मी नाही. माझ्या अनुमतीशिवाय माझ्यावर सत्ता गाजवण्याचा अधिकार कोणालाच नाही.''

''पण महर्षि गौतमांनी तर तुझा त्याग केला ना?'' सीतेने विचारलं.

''दुर्दैव! त्यांनी मला गमावलं.'' अहल्या म्हणाली.

''अहल्या, पण वर्षानुवर्षे तू अशी निश्चल शिळेसारखीच आहेस.''

''असं तुम्हाला वाटतंय. पण या काळात मी सृष्टीतलं माझं अस्तित्त्व म्हणजे काय हे जाणू शकले. ही सृष्टी कोणत्या नियमांनी संचालित होते, कोणत्या नीतीने, कायद्याने हे जग चालतं हेसुद्धा मी शिकले. या नियमांची मुळं काय आहेत हेसुद्धा मी जाणलं. मला खूपच मोठ्या प्रमाणात ज्ञान मिळालंय.''

''तू हेच शिकलीस का की, इथे ना काही सत्य आहे; ना काही असत्य?'' सीतेच्या प्रश्नाला उपहासाचा दर्प होता.

''सत्य हे नेहमीसाठी कधीच स्थिर नसतं. ते परिवर्तनशील असतं – हे ज्ञान मला मिळालं.''

''एक सत्य आहे कधीच न बदलणारं. अपरिवर्तनीय सत्य – माझं आणि रामाचं परस्परांवर असणारं प्रेम हे सत्य आहे. या सत्यासमोर तुझ्याजवळचं सर्व ज्ञान नाहीसं होईल.''

''सीता, सत्य जर हे असेल तर ज्ञानाचे ते अंगही मी समजून घेईन.''

सीतेला आता अहल्येशी संवाद साधावा असं मुळीच वाटत नव्हतं. एक अनाम चिंता, अस्वस्थता तिच्या मनात होती. आता तर तिला रामाला भेटण्याची ओढ लागली होती. ती उठून वंदन करण्यासाठी अहल्येसमोर वाकली.

अहल्येने सीतेच्या डोक्यावर हात ठेवला. आशीर्वाद देताना ती म्हणाली, ''सीते, आरोपीच्या पिंजऱ्यात कधीच उभी राहू नकोस. सत्ता आणि अधिकार यांसमोर तर कधीच झुकू नकोस.''

अहल्येचे हे शब्द सीतेला सहनही होत नव्हते. वळूनही न बघता ती घाईघाईने निघून गेली.

त्या रात्री सीता रामाला म्हणाली, ''मी अहल्येला भेटले.''

''कुठे?'' राम उठून बसला.

''तुम्ही एवढे दक्ष का झालात? मी धबधब्याकडे गेले होते तिथे.''

''एकटी गेली होतीस?''

''हो. धबधबा इथून खूप जवळ आहे आणि छानही आहे.''

''सीता, तू एकटी कुठेच जात जाऊ नकोस बरं'' रामाच्या बोलण्यात काळजी होती.

''ठीक आहे. यापुढे नाही जाणार. मी अहल्येविषयी तुम्हाला पुढे काही सांगू का?''

यावर राम काहीच बोलला नाही.

''अहल्या अतिसुंदर आहे. अगदी तुम्ही वर्णन केलं होतं तितकीच सुंदर आहे. तिला वाकून वंदन करावं असं तुम्हालाही वाटलं होतं ना?

तिच्या चेहऱ्यावर प्रज्ञातेज आहे. पण तिचे शब्द मात्र अर्थहीन आहेत. तिच्या म्हणण्यानुसार, या विश्वात सत्य असं काही नसतं म्हणे. सत्य हे परिवर्तनशील असतं. ती असंच काहीसं बोलत होती. मला मात्र ऐकताना अस्वस्थता जाणवत होती. ती काय बोलली, हे काही माझ्या लक्षात राहिलं नाही.''

सीतेचं बोलणं राम शांतपणे ऐकत होता.

''तुम्ही इतके शांत का?''

''काय बोलू? अशा स्त्रीचे शब्द तुझ्यासारख्या निरागस आणि सहृदयी स्त्रीला नाहीच समजणार. खूप उशीर झालाय. झोप आता... ''

सीतेला आज्ञा करून राम झोपी गेला. रामाशी आणखी बोलावं असं सीतेला वाटत होतं खरं; पण त्याला तिचं आता काहीच ऐकायचं नाही हे तिच्या लक्षात आलं. अहल्येचे ते शब्द सतत आठवून सीतेला अस्वस्थ वाटत होतं. ती रात्र सीता झोपू शकली नाही. त्यानंतर मात्र बराच काळ अहल्या तिच्या विस्मरणात गेली.

सीता हर्षभरित झाली होती. लंकेतून मुक्त झाल्याचा तिला खूप आनंद झाला होता. रामाचं दर्शन होईल आणि त्याची भेट घडेल, या विचाराने तिचं मन रामाकडे धाव घेत होतं. रामाशी नजरानजर होताच तिचं काय होईल, राम काय बोलेल भेटल्यावर? त्याच्या नजरेतलं प्रेम आणि त्याचा प्रेमळ स्पर्श तिला अनुभवता येणार होता. सीतेचे डोळे आनंदाने वाहू लागले होते. समोरून लक्ष्मण येत असल्याचं तिला दिसलं आणि ती काहीशी उतावीळपणे पुढे आली.

लक्ष्मणाची देहबोली पाहून सीतेला आश्चर्याचा धक्का बसला. रावणाचा वध खरंच झाला की नाही? नसेल तर मग, लक्ष्मण इथे काय करतोय? लक्ष्मणाच्या चेहऱ्यावर विजयानंद का दिसत नाहीये? विजयाचा अभिमान त्याच्या चालण्यात तर मुळीच जाणवत नाहीये? एखाद्या पराभूताप्रमाणे त्यानं मस्तक खाली का झुकवलंय?

''लक्ष्मणा, कसा आहेस?'' सीतेने विचारपूस केली. लक्ष्मणाची मान आणखी झुकली.

''तुझे बंधू श्रीरामचंद्र ठीक आहेत ना?'' खरं तर राम सुखरूप असेल याची सीतेला खात्री होती; परंतु लक्ष्मणाचा पराभूतासारखा चेहरा बघून त्याला अन्य काय विचारावं हेच तिला सुचेना.

''माते, तो ठीक आहे.''

''मग एखाद्या पराभूतासारखा तुझा चेहरा का दिसत आहे? मला नेण्यासाठीच तुझ्या बंधूने तुला पाठवलंय ना? चल, निघूया आपण.''

''थांब, मला तुला काहीतरी सांगायचं आहे.'' लक्ष्मण म्हणाला.

सीतेचा धीर आता सुटत चालला होता. एकीकडे वानरसेनेच्या विजयी जल्लोषाने अशोकवन दणाणून गेलं होतं; तर इकडे लक्ष्मणाचा चेहरा अत्यंत निस्तेज होता.

''माते, तुझं पावित्र्य, तुझी शुचिता तू सिद्ध करशील असं श्रीरामाने वचन दिलं आहे.'' लक्ष्मण हळू आवाजात म्हणाला.

सीतेने वळून लक्ष्मणाकडे पाहिलं. ते शब्द तिच्या मनात बोचले. ती जणू कोसळलीच.

''माते, खरं तर श्रीरामाच्या मनात कोणताही संदेह नाही. हे फक्त प्रजेसाठी करावे लागत आहे. तू जर हे दिव्य पार केलेस, तर प्रजा तुझे गुणगान गाईल. माझ्यातर्फे रामानेच हा संदेश पाठवला आहे.''

सीतेला त्या क्षणी अहल्या आठवली. तिच्या कानांत अहल्येचे शब्द घुमू लागले –

*सीते, चौकशी करण्याचा अर्थ काय होतो? अविश्वास! यापेक्षा त्यांनी तू निष्पाप आहेस किंवा अपराधी आहेस हे सरळ ठरवून टाकावं ना!*

*सगळे पुरुष सारखेच सीते!*

हे सगळं घडेल याची अहल्येला पूर्वकल्पना होती का? माझ्याच्या पावित्र्याची परीक्षा घ्यावी असं रामाला वाटतंय. त्यापेक्षा मृत्यू स्वीकारणं हा पर्याय अधिक योग्य नाही का? यापेक्षा विधिलिखितावर सोपवून टाकावं का सारं? मी हा अवमान का सहन करावा? माझ्याशी अशी वर्तणूक करण्यासाठी या मोठ्या युद्धाचा घाट घातला होता का?

पुरुषाला त्याचा पराक्रम सिद्ध करता यावा म्हणून युद्धं लढली जातात. रामाने तर त्याचं नायकत्व, त्याचा पुरुषार्थ सिद्ध करून दाखवला.

आता त्याच्या पत्नीने पावित्र्याची परीक्षा द्यावी, अशी त्याची अपेक्षा आहे. अहल्या ज्याला 'अविश्वास' म्हणाली होती, तो हाच ना?

अहल्या म्हणत होती तसं, एक तर विश्वासाने स्त्रीला स्वगृही न्यावं किंवा अविश्वासाने तिला त्यागावं... आता काय करावं? सीतेच्या हृदयात जणू ज्वालामुखी भडकला होता.

"माते, कृपा करून श्रीरामाविषयी गैरसमज करून घेऊ नकोस. नंतर प्रजेनं तुझ्याविषयी काही विपरीत बोलू नये, यासाठी आम्ही ही दक्षता घेत आहोत. तू अयोद्धेत मोठ्या शालीनतेने वावरावंस, असं आम्हाला वाटतं. माझा बंधू सध्या किती तणावग्रस्त आणि व्यथित आहे, याची तू कल्पनाही करू शकणार नाहीस. सध्या तो अगदीच असाहाय्य आहे, माते!"

लक्ष्मणाने केलेलं रामाच्या दुःखाचं वर्णन ऐकून सीतेच्या हृदयातला ज्वालामुखी काहीसा शांत झाला.

खरं तर रामाच्या मनात कोणताच संशय, संदेह नाही. तो सत्य जाणतो. तो हा सगळा खटाटोप करतोय कारण उद्या माझ्याकडे कोणी बोट दाखवू नये. मी या सगळ्यावर काय प्रतिक्रिया देईन, याविषयी तो खूप सचिंत असेल. आम्हा दोघांमध्ये येणाऱ्या या अडथळ्यांमुळे त्याचं हृदय सचिंत झालं असेल.

सीता जणू मनोमन रामाचं सांत्वन करत होती.

राम असाहाय्य आणि दुबळा होता, पण कोणासमोर? रावणासमोर! नक्कीच नाही. मग या जगापुढे. या जगाच्या नियमांपुढे. जगाच्या नीतीविषयक कायद्यांपुढे आणि धर्मापुढे तो दुबळा ठरला.

पुन्हा एकदा अहल्येचे शब्द सीतेच्या कानांत घुमू लागले – *कलंकित–पवित्र, पावित्र्य–अपावित्र्य असे शब्द उच्चवर्णीय पुरुषांनी अशा प्रकारे पेरले आहेत की, यात सत्य–असत्य याला काही जागाच नाही. काहीच फरक नाही...*

'रामाचं धनुष्यही या शक्तीसमोर मोडेल. ब्रह्मास्त्राची शक्तीही या सत्तेपुढे फिकी पडेल. मी रामाला साहाय्य केलं पाहिजे. त्याचं या जगापासून रक्षण केलं पाहिजे. त्याचं सांत्वन करून त्याला आधार

देण्याची, धीर देण्याची आवश्यकता आहे. पण माझ्याशिवाय अन्य कोणीही करू शकणार नाही... ' सीतेच्या मनातलं विचारचक्र फिरत होतं...

'अहल्या, रामाच्या मनात माझ्याविषयी कोणताही संदेह नाही. माझा राम अन्य पुरुषांसारखा नक्कीच नाही, हेच सत्य आहे. आता हे मी तुला सिद्ध करून दाखवू शकत नाही. किंबहुना जगही या सत्याचा कदाचित स्वीकार करणार नाही. पण अहल्या, माझ्यासाठी हे सत्य आहे... ' सीतेचं स्वगत सुरू होतं –

'अहल्यासुद्धा म्हणाली होतीच की, प्रत्येक मनुष्यासाठी त्याचं स्वतःचं सत्य असतं. या जगात सत्य आणि असत्य म्हणजे काय हे ठरवायचे अधिकार कोणाला आहेत?

अहल्ये, तू हे सगळं का बोलली होतीस? तू त्या वेळी जे बोललीस त्या शब्दांचा अर्थ मला आता समजतोय. मला जे समजतंय ते खरंच अचूक आहे का? आता हे ताडून घ्यायला मी इथे कोणाशी संवाद साधू? मला इथे मदत करणारं कोण आहे?'

एकामागोमाग सुरू असणाऱ्या विचारांनी सीतेचं डोकं भणभणू लागलं. तिनं दोन्ही होतांनी आपलं डोकं गच्च दाबून धरलं.

आता आणखी यावर विचार करायला नको असं सीता स्वतःशी मनोमन म्हणाली. कारण आता तिच्यासाठी रामाला भेटणं महत्त्वाचं होतं. तिला अतिशय खंबीर मनाने तिच्या शुचितेची परीक्षा द्यायची होती. सीता उठली, तिनं आपला चेहरा पदराने पुसला.

''चल लक्ष्मणा, आपण तुझ्या बंधूकडे जाऊ. माझी कोणती परीक्षा घेणार आहेत ते बघू.'' सीता म्हणाली.

तिच्या शब्दांतील दृढता, ठाम भाव पाहून लक्ष्मण आश्चर्यचकित झाला. जणू त्याच्या कानांत त्याला कुणीतरी सांगत होतं की, सीता खरंच भूमिकन्या आहे.

सीता अयोध्येत पोहोचल्यावरही अहल्येला विसरू शकत नव्हती. आतल्या दालनात गेल्यावरही तिच्या मनात शंकांचं काहूर माजलं होतं. एकाही सासूने हा शुचितासिद्धीचा विषय काढला, तर ते सीतेला सहन करता येण्यासारखं होतं का?

सीतेला आलिंगन देताना कौसल्या म्हणाली, ''माझी सून पवित्र आहे.'' सीतेच्या छातीत कळ उठली. तिला दडपण जाणवलं. कौसल्येच्या मनात सीतेच्या चारित्र्याबाबत काही शंका होती का? सीता पवित्र असल्याचं कौसल्येनं स्वतःच ठरवून टाकलं होतं. सीतेने अहल्येच्या बाबतीतही असंच ठरवलं होतं ना की अहल्या...

*''सत्य तेच, ज्यामुळे तुझ्या मनाला शांती लाभते.''* अहल्या सीतेला म्हणाली होती. कौसल्येने तसाच विचार केला की, तिचा सीतेवर विश्वास होता.

खरं तर अशा प्रश्नांना ठोस उत्तरं नसतात. सीतेनंही कोणाला काही विचारलं नाही. याबाबत सीतेशी कुणीच प्रत्यक्ष बोलत नव्हतं. राम तर असा वागत होता की, जणू काही घडलंच नाही. रामाचं सीतेवरचं प्रेम कमी झालंय असं तर अजिबातच जाणवत नव्हतं. सगळं काही पूर्वीसारखंच होतं.

अहल्येला माझ्याविषयी काय वाटेल? ती मला हसेल का?

''सीता कधीही आरोपीच्या पिंजऱ्यात उभी राहू नकोस.'' सीतेला अहल्येचे शब्द आठवले; पण तरीही सीता सत्त्वपरीक्षा द्यायला सिद्ध झाली होती.

सीता स्वतःसाठी नव्हे, तर फक्त रामासाठीच परीक्षा द्यायला तयार झाली हे अहल्येला पटेल?

ती हे समजून घेईल? ती सुज्ञ आहे. ती नक्कीच समजून घेईल...

आपण कधी एकदा अहल्येला भेटू अशी अनिवार ओढ सीतेच्या मनात दिवसेंदिवस वाढतच होती.

ती कुणाशी बोलू शकत नव्हती. ती फक्त अहल्येशी बोलू शकणार होती. ती जर काही बोलली नसती, तर तिचं मन एखाद्या शिळेसारखं निश्चल झालं असतं. तिच्या गर्भारपणाच्या सोहळ्याची लगबग सुरू

होती. आतल्या दालनातून ती धादंल, लगबग ऐकू येत होती. पण सीतेच्या मनात मात्र अहल्येचाच विचार होता.

''गर्भार स्त्रीच्या इच्छा पूर्ण करायच्या असतात, असं म्हटलं जातं. तुझ्या इच्छा काय आहेत हे विचारायला सांगितलं आहे मला कौसल्यामातेने... अगदी आग्रहाने विचारलं मातेने.'' रामाच्या बोलण्यात आनंद ओसंडून वाहत होता.

'मला अहल्येला भेटण्याची इच्छा आहे,' सीतेच्या मनात विचार आला की, ही इच्छा सांगावी रामाला. पण तिनं स्वतःला यापासून रोखलं. कारण यामुळे राम कदाचित सचिंत झाला असता. त्याला माझं बोलणं कदाचित आवडलं नसतं. पण गर्भार असताना इच्छा अपुरी ठेवणं मनाला अस्वस्थता देणारं असतं. गर्भात वाढणाऱ्या बाळासाठीही ते चांगलं नव्हतं.

''मला अरण्य, तिथले आश्रम, ते पर्वत, नद्यांचे काठ आठवताहेत. त्या अरण्यातलं सौंदर्य मला अनुभवायचे आहे. ते सगळं पुन्हा डोळे भरून पाहायचं आहे.''

''बरं. ही इच्छा पूर्ण करणं सहजशक्य आहे. तू म्हणशील तेव्हा जाऊ आपण.''

सीतेला आपल्या भावना शब्दांत व्यक्त करता येत नव्हत्या. एक अनामिक भीती तिच्या मनात दाटली होती. खरं तर या अवस्थेत अहल्येशी बोलायची जोखीम सीता का पत्करत होती? खरं तर अहल्येशी बोलून तिचं मन आणखी सैरभर, अस्वस्थ होणार होतं. पण तरी सीतेला यात काही बदल नको होता. आता तिला तो अनुभव घेण्याची संधी होती. अहल्येच्या शब्दांचा सीता काही त्रास करून घेणार नव्हती. एकूणच ही कसली अनुभूती घेण्याची वेळ आली होती!

अहल्येच्या शब्दांचा अर्थ तिला जोवर मुळापासून समजणार नव्हता, तोवर तिचं मन अशांत असणार होतं. सीतेचं मन शांत मिळवून करण्याचं सामर्थ्य केवळ अहल्येकडेच होतं.

या विचारांनी सीतेचं मन शांत झालं. एखाद्या जिवलग सखीला भेटायला निघाल्याची भावना तिच्या मनात होती. सीतेच्या चेहऱ्यावर आता आनंदाचं तेज होतं. तो आनंदी चेहरा पाहून राम आनंदला.

अरण्यात पोहोचल्यावर सगळं सुरळीत होणार होतं. सीता लंकेतून अयोद्धेत येणार यापेक्षा ती अरण्यातून अयोध्येला परत येणार ही अधिक समाधानाची गोष्ट होती. पण प्रत्यक्षात तसं काही घडलं नाही. आता ही पुन्हा एका नव्या अनुभवाची संधी होती.

अरण्यातून परतल्यावर सीता आपला पुत्र रामाकडे सुपूर्द करणार होती. एकंदरीत आता सगळंच बदलणार होतं. राम–सीतेमध्ये असलेला नाजूक, हळूवार बंध आता यापुढे संपणार होता.

आधी अरण्यात असताना राम जसा प्रेमाने सीतेच्या शेजारी झोपत असे, तसाच त्या रात्रीही तो शांतपणे झोपला होता.

राम आपल्यासोबत अरण्यात येणार नाही, हे माहीत असूनही तिला फारशी चिंता वाटत नव्हती. आता ती अहल्येसोबत हवा तितका वेळ व्यतीत करू शकणार होती. ती आपल्याच मनाचं समाधान करून घेणार होती. त्याच आनंदभावात ती रथामध्ये बसली. लक्ष्मणाला तिथे पाहून सीतेला आश्चर्यच वाटलं.

''लक्ष्मणा, तू हे काम तुझ्याऐवजी शत्रूघ्नकडे सोपवायला पाहिजे होतंस. तुला बरं वाटत नाहीये का?''

लक्ष्मण अगदी शांतपणे घोड्यांचे लगाम हातात घेत आपले कर्तव्य बजावू लागला. सीतेने त्याला धबधब्याकडे जाणारी वाट दाखवली. रथ हाकत दाट अरण्यात खूप पुढे नेऊन लक्ष्मणाने रथ थांबवला.

वाल्मिकींच्या सांगण्यानुसार अरण्यवासी प्रजाजन गर्भवती सीतेची खूप काळजी घेत होते. सीता ही गंगानदीसारखी शांत आणि पवित्र दिसत होती. वाल्मिकी तिच्याकडे बघताना खोल विचारात बुडून गेले होते. हिचं बाळंतपण शांतपणे आणि कमी वेदनादायी होण्यासाठी काय बरं करता येईल, याचा विचार करत होते.

त्यांनी तिला विचारलं, ''कन्ये, तुला काही हवं असेल तर अगदी मनमोकळेपणाने मला सांग.''

''मला अहल्येला बघायचंय, भेटायचंय.'' तिने सरळ वाल्मिकींच्या चेहऱ्याकडे बघत स्पष्टपणे सांगितलं.

वाल्मिकी क्षणभर थांबले आणि तिला म्हणाले, ''ठीक आहे. तुला ती भेटेल. तुला हवी असणारी शांतता देण्याची क्षमता तिच्यापाशी आहे. मी तिला इकडे आश्रमात बोलावून घेतो.''

पुढचे दोन-तीन दिवस अहल्या वाल्मिकींच्या आश्रमात येईपर्यंत सीता तिची अतिशय उत्सुकतेने वाट बघत होती.

''कशी आहेस?'' सीतेचा हात हातात घेत अहल्येने तिला विचारलं. सीतेने आपलं डोकं तिच्या खांद्यावर ठेवलं. सीता मोकळेपणे खूप रडली.

''शांत हो बरं! इतकं दुःख तुझ्यासाठी मुळीच ठीक नाही.'' अहल्या सीतेला समजावत होती.

सीतेचं सांत्वन करताना अहल्येचे डोळेही पाणावले. रडून हलकं झाल्यावर सीता म्हणाली, ''आता मला खरंच बरं वाटतंय. रावणाच्या पराभवानंतर माझ्या मनावरचं दडपण वाढतच चाललं होतं. तुझ्याकडे बघून आणि तुझ्या प्रेमळ वागण्यामुळे ते ओझं आता निवळू लागलंय. आता माझं हृदय हलकं, रेशमी झालंय आधीसारखं.''

बराच वेळ दोघीही शांत होत्या.

''सत्य-असत्य यांविषयी तू जे बोललीस, ते मला आता पूर्णपणे समजतंय.'' त्या नीरव शांतीचा भंग करत सीता म्हणाली.

''ज्ञान मिळवण्याचा एकच मार्ग आहे. तो म्हणजे स्वतः अनुभूती घेणं. मी फक्त रामासाठी परीक्षेला सामोरी जायला तयार आहे.''

''मला याची जाणीव नाही का?'' अहल्येने विचारलं.

''पण माझ्या मनातले हे विचार माझा कायमच पिच्छा पुरवतील, असं वाटतंय मला.'' सीता म्हणाली.

''तू जोवर रामासाठी निर्णय घेत राहशील आणि स्वतःचा विचार करून निर्णय घेणार नाहीस, तोवर विचार तुझ्या मनात येतच राहतील.

तुला त्याच्या वेदना होतीलच. तू कोणा दुसऱ्यासाठी हे अनुभवते आहेस, तुझं कर्तव्य तू कोणा दुसऱ्यासाठी पूर्ण करत आहेस, असं तुला वाटतंय. तुझं धैर्य, तुझा आत्मसंयम हे स्वतःच्या हाती न ठेवता तू पूर्णपणे दुसऱ्या कोणाच्या हातात सुपूर्द केला आहेस. सीते, तू तुझ्या स्वतःसाठी तुझ्याजवळ काय ठेवलं आहेस सांग बरं?'' अहल्येने प्रश्न विचारला.

''माझ्यासाठी म्हणजे? याचा अर्थ काय? मी आहे तरी कोण?''

अहल्या हसू लागली. ''संत-महंत, ऋषी आणि विचारवंत अशा महान लोकांनी 'मी कोण आहे' हे जाणण्यातच कित्येक वर्षे खर्च केली. सीते, तू 'तू' आहेस. रामाची पत्नी हेच तुझं अस्तित्व नाही. त्यापेक्षा अधिक कोणीतरी आहेस तू. पण स्त्रियांना हे कोणीच शिकवत नाही. आपल्या मालकीच्या वस्तू, पराक्रम, ज्ञान, घराणं-कुळ हाच काय तो पुरुषांचा अभिमान; तर मातृत्व आणि पतीव्रता होऊन जगणं हा स्त्रियांचा अभिमान. या अज्ञानाच्या मर्यादा ओलांडायला स्त्रीला कोणीच सांगत नाही; आपण या अफाट-असीम विश्वाचा एक महत्त्वाचा भाग आहेत याची त्यांना जाणीवही होत नाही. एका पुरुषाशी त्या बांधल्या जातात, एका घरात नि एका कुळात त्या अक्षरशः बंदिस्त होतात. अज्ञानातून मुक्त होत ज्ञानप्राप्ती करावी, हे पुरुषांसाठी अध्यात्मिक लक्ष्य असतं; पण स्त्रियांचं काय? मोठ्या व्हा आणि एक दिवस नाहीशा व्हा, हेच ध्येय स्त्रियांचं. सीते, स्वतःला ओळख. तू कोण आहेस हे जाण. तुझ्या जीवनाचं ध्येय ओळख. अर्थात, हे नक्कीच सोपं नाही. पण सीते, तुझ्यात ती क्षमता आहे. प्रयत्न सोडू नकोस. शेवटी तुला समजेलच. आता तू रामाला वाचवलंस; पण आता स्वतःलाही वाचव. हे सगळं का घडतंय या विचारात अडकू नकोस. हे तुझ्या कल्याणासाठीच घडत आहे. हे घटित हा तुझ्या आत्मभानाचा, आत्मसजगतेचाच एक भाग आहे. सीते, आनंदी राहा. हा निसर्ग समजून घे. इथल्या प्रत्येक प्राणीमात्राविषयी जाणून घे. तुझ्या भोवती सततची घडणारी स्थित्यंतरं समजून घेण्याचा प्रयत्न करत राहा. तू या अखंड, असीम विश्वाचा भाग आहेस. तू फक्त रामाची नाहीस.''

सीता ऐकताना तल्लीन झाली होती. अहल्याचे ते शब्द म्हणजे भूमीतून उमटणारे प्रतिध्वनी असावेत असं सीतेला वाटत होतं.

''सीते, लवकरच तू मातृत्वाचा अनुभव घेशील. मातृत्वाचाही आनंद घे. पण तुझ्या मुलांचं संगोपन करताना कोणतीही इच्छा-आकांक्षा बाळगू नकोस.''

सीतेच्या दबल्या गेलेल्या मातृत्वाच्या भावना पुन्हा हळूहळू जाग्या होऊ लागल्या. तिने हात पोटावर ठेवले... अगदी नकळतपणे! तिच्या डोळ्यांत आनंदाची, प्रेमाची चमक होती.

दुसरा दिवस उजाडला... अहल्या परत जायला निघाली. सीतेच्या चेहऱ्यावरचे तेज पाहून वाल्मिकी ऋषी निश्चिंत झाले. त्या दोघींनी परस्परांना प्रेमाने आलिंगन दिले.

''मी तुला माझ्या बाबतीत घडलेलं सत्य सांगावं असं तुला अजूनही वाटत आहे का?'' अहल्येच्या बोलण्याला उपरोधाची छटा होती.

''नको. त्याने काही फरक पडणार आहे का? त्याला काहीच अर्थ नाही.'' सीतेने अहल्येला अतिशय आदराने निरोप दिला.

राम उदास आहे, तो काळजीत आहे. दोन्ही पुत्रांना आलिंगन देऊनही तो उदासच आहे.

सीतेला मात्र कोणतेच दुःख नाही. तिच्या चेहऱ्यावरच्या आनंदाचं तेज बारा वर्षांनंतरही टिकलेलं आहे. रामाने देऊ केलेला हात तिने नाकारला.

''तू मुलांशिवाय राहू शकशील, सीते?''

रामाने सीतेसाठी हे अस्त्र वापरून पाहायचं ठरवलं.

''ही फक्त माझी मुली नाहीत. मला हे समजलं आहे की, या अनंत विश्वाच्या आयुष्याचा, समष्टीचाच ती एक भाग आहेत. ती या विश्वाची मुलं आहेत. ही मुलं आणि तुम्ही फक्त अयोध्येचे आहात, रघुकुळाचे आहात अशीच तुमची समजूत आहे. असो, तुम्ही तुमच्या समजेप्रमाणे मार्गक्रमण करा.''

''पण... पतीशिवाय, मुलांशिवाय तुझं काय होणार आहे सीते?''

''मी तर भूमीकन्या आहे रामा! मी कोण आहे, हे जाणले आहे. हे सर्व विश्व माझंच तर आहे. माझ्याकडे नाही असं काहीच नाही. मी या भूमीची कन्या आहे...''

राम निःशब्द झाला. सीतेचे ते ठाम आणि गंभीर बोल ऐकून रामाने मान फिरवली. राम आता सीतेच्या आधारापासून वंचित झाला होता. आपण पराभूत झाल्याची जाणीव रामाला पहिल्यांदाच झाली.

# वाळूचा घडा

नानाविध रंगांनी, वेगवेगळ्या फुलांच्या गंधांनी ते वन मोहरलं होतं. ती वसंताच्या आरंभाची जाणीव जागोजागी, पानोपानी होती. आंब्याच्या मोहोराचा सुगंध विशेषत्वाने जाणवत होता. कोकिळेच्या कुहूकुहू स्वराचं पार्श्वसंगीत वातावरणातला आनंद द्विगुणित करत होतं. सीता वनातला वसंत पहिल्यांदाच अनुभवत होती. सीता त्या वसंतानंदात मग्न होत होती. या ऋतुत सीतेला पहाटेच्या वेळी शेजारच्या आश्रमातील स्त्रियांचा घोळका कुठेतरी जाताना दिसला. 'या सगळ्या स्त्रिया मिळून कुठे जात असतील बरं?' सीतेच्या मनात उत्सुकता निर्माण झाली. त्यांना हाक मारून याविषयी विचारायचा तिचा मानस होता, इतक्यात त्या स्त्रिया नजरेआड गेल्या. सीतेनं त्याविषयी लक्ष्मणाला विचारलं. 'मलाही माहीत नाही, संध्याकाळी जेव्हा त्या परत येतील तेव्हा आपण त्यांना विचारू या.' असं लक्ष्मण म्हणाला. पण त्या सर्व महिला कधी परतल्या हे काही समजलंच नाही. बहुदा त्या एकत्र परत आल्या नसाव्यात. दुसऱ्या दिवशी राम आणि लक्ष्मण नेहमीप्रमाणे वनात निघून गेले. आता सीता शेजारी राहणाऱ्या शांताच्या आश्रमात गेली.

शांताच्या आश्रमात गेल्यावर सीता आश्चर्यचकित झाली. कारण यापूर्वी कधीच पाहिल्या नव्हत्या अशा दोन सुंदर शिल्पप्रतिमा तिला त्या कुटीमध्ये दिसल्या. शिवाय, सुंदर आकृत्या असलेले चित्रविचित्र असे

चार-पाच घडेही सीतेला तिथे दिसले. शांताने अगदी सुरेखपणे सगळी सजावट केली होती. सीतेने उत्सुकतेपोटी विचारलं, ''शांता, हे कुठून आले? हे परवा तर नव्हते ना इथे!''

''सीते, आम्ही सगळ्या जणी काल रेणुकादेवीच्या शिल्पागारात गेलो होतो. तिथे मला हे आवडले. म्हणून मी घेऊन आले,'' शांता म्हणाली.

'रेणुकादेवी?''

''तुला ती कशी माहीत असेल! तू तर अलीकडेच आलीस इथे. इथून थोड्याच अंतरावर रेणुकादेवीचं शिल्पागार आहे. दरवर्षी आम्ही सर्व जणी तिथे जाऊन घडे, दगडी कलश, सुंदर शिल्पप्रतिमा घेऊन येतो. कालच गेलो होतो. खरं तर तुलाही सोबत न्यायला हवं होतं,'' शांता म्हणाली.

''पण रेणुकादेवी खरंच इतकी महान कलाकार आहे!'' सीतेच्या प्रश्नात आश्चर्य होतं.

''हो तर. ती यापेक्षा कित्येक अप्रतिम शिल्पप्रतिमा बनवते. शिल्पकलेत ती प्रवीण आहे. एकदा या कलेला सुरुवात केली की, तिची ब्रह्मानंदी टाळी लागते. तपस्वी ऋषीमुनीही कदाचित असं ध्यान लावू शकणार नाहीत. सीते, मी पाणी भरून घेऊन येते. तू थांब इथेच.'' शांता बाहेर निघून गेली.

रेणुकादेवी? सीतेला हे नाव पूर्वी कधीतरी ऐकल्यासारखं वाटलं. तिच्या मनात जुन्या आठवणींना उजाळा मिळू लागला. हे नाव केव्हा-कुठे ऐकलंय याचा सीता विचार करू लागली. सीतेला स्वयंवर आठवले. रामाने धनुष्यभेद केल्यावर त्यांचा विवाह संपन्न झाला. वरमाला घालून सीता अंतःपुरात जायला वळली होती. इतक्यात तिथे गोंधळ सुरू झाला होता.

कोणीतरी तिथे आला होता? ज्वालामुखीसारखा संताप भडकलेला एक मनुष्य रामाशी वाद घालू लागला.

अंतःपुरातील अन्य स्त्रिया सीतेला घेऊन आत गेल्या. त्या स्त्रियांनी आपल्याला त्या वेळी काय सांगितलं होतं बरं? सीता ते सगळं काही आठवायचा प्रयत्न करू लागली होती.

तो परशुराम होता. अत्यंत महान असा कठोर स्वभावाचा योद्धा. स्वतःच्या आईचा शिरच्छेद करायला सज्ज झालेला परशुराम. या पृथ्वीतलावर आपल्याशिवाय अन्य कोणत्याच क्षत्रियांना जगू देणार नाही, त्यांचा निःपात करेन असा संकल्प करणारा परशुराम. आता इथे हा काय करतो काय माहीत! सीतेच्या सख्या सचिंत झाल्या. हा परशुराम श्रीरामांना काही करणार तर नाही ना अशी भीती त्यांना वाटू लागली.

तो सर्व प्रकार समजल्यावर सीताही भयभीत झाली. सीता घाबरली आहे हे समजताच तिच्या सख्यांनी चर्चा बंद केली. त्या सीतेला समजावू लागल्या. रामाविषयी काळजी वाटू लागल्याने सीतेला रडू आवरले नाही. तिने रामाला ज्या क्षणी पाहिलं होतं, त्या क्षणी ती स्वतःला हरवून बसली होती. त्याचा पराक्रम पाहून तिला अभिमान वाटला होता. रामाला तिनं सर्वस्व मानलं होतं. पण तिच्या याच प्रेमभावनेला कुठे धक्का तर लागणार नाही ना, अशी भीती तिच्या मनात दाटली होती. रामाच्या पराक्रमावर, साहसावर तिचा पूर्ण विश्वास होता. पण परशुरामाच्या क्रूर-कठोर स्वभावाविषयी ऐकून सीता भयकंपित झाली होती. परशुराम स्वतःच्या आईला ठार करण्यास सज्ज झाला होता हे हे ऐकल्यावर ती सुन्न झाली होती.

इतक्यात बाहेरून तिच्या दोन सख्या धावत आल्या. परशुराम शांत झाला असून, रामाचा पराक्रमही त्याने मान्य केला आहे. शिवाय त्या दोघांमध्ये मैत्री झाली असून सर्व गैरसमज दूर झाले असल्याची सुवार्ता घेऊन त्या सख्या आल्या होत्या.

सीतेचा जीव भांड्यात पडला. त्यानंतर सीतेचे पिता राजा जनक येऊन सीतेला म्हणाले, ''झालं ते बरंच झालं. यामुळे रामाच्या पराक्रमाविषयीची शंका दूर झाली. आता मनात रामाच्या पराक्रमाविषयी कोणतीही शंका नाही. सीते, तू धन्य झाली आहेस. असा वीर पुरुष तुला पती म्हणून लाभला आहे.'' आशीर्वाद देऊन राजा जनक यांनी निरोप घेतला.

काही महिन्यांनंतर सीतेने रामाकडे तो विषय काढलाच. विवाहाच्या वेळी घडलेल्या प्रसंगांच्या आठवणी काढताना सीतेने रामाला परशुरामाविषयी विचारलं. यावर राम परशुरामाची खूप स्तुती करू लागला.

''पण ते तर क्षत्रियांचा निःपात करणारे आहेत. अशा परशुरामाची आपण इतकी स्तुती का करत आहात?''

''परशुरामाने त्या क्षत्रियांचा संहार केला, जे आर्यधर्म पाळत नव्हते. उत्तरेकडे त्यांनी आर्यधर्म अशा प्रकारे प्रस्थापित केला होता की, त्यांच्या विरुद्ध कोणीही जाऊ शकत नव्हते. परशुराम माझे विचार जाणून घेण्यास आले होते. शिवधनुष्याचा भंग केल्यानंतर मी आर्यधर्माचं पालन करावं अशी त्यांची इच्छा आहे. त्यांना हे जाणून आनंद झाला की, आर्यधर्म मी शिरोधार्य मानतो. आपला उत्तराधिकारी असा त्यांनी माझा स्वीकार केला आहे. संपूर्ण दक्षिणेते आर्यधर्म स्थापन करण्याची जबाबदारी त्यांनी माझ्यावर सोपवली आहे.''

''पण आपण दक्षिणेकडे कसे काय...'' सीता विचारू लागली. इतक्यात तिला मध्येच थांबवत राम म्हणाला, ''कशाला इतके प्रश्न विचारते आहेस? जे व्हायचं ते होणारच.''

''मी तर असं ऐकलं आहे की, परशुराम त्यांच्या आईचा शिरच्छेद करायला निघाले होते!''

''होय! तशी आज्ञाच होती पित्याची. मग काय करणार? पित्याच्या आज्ञेचं पालन करणं यापेक्षा कोणता धर्म मोठा असू शकतो का?''

इतक्यात एक सेवक तिथे आला. तो महाराजा दशरथांचा सांगावा घेऊन आला होता. राम महाराजा दशरथाला भेटून राम परत आला आणि त्याने सीतेला राज्याभिषेकाची सुवार्ता सांगितली.

राजमहालात आनंदाला, उत्साहाला भरते आले. पण दुसऱ्याच दिवशी हा आनंद मावळला. राम आणि सीता यांना वनवासात जाणे भाग पडले... राज्याभिषेक हे मात्र एक स्वप्नच होऊन राहिलं.

आता इतक्या वर्षांनंतर रेणुकादेवीमुळे परशुरामाचं नाव आणि जुन्या आठवणी जाग्या झाल्या. जिचा वध परशुराम करणार होता, ती हीच रेणुकादेवी असावी का?

～○～

या प्रश्नाचं उत्तर सीतेला थोड्याच वेळात मिळालं. कारण आता सीतेची भेट अगदी अचानकपणे रेणुकादेवीशी झाली.

सीता नदीवर स्नानासाठी गेली होती. तिथे काही स्त्रिया घड्यामध्ये नदीतली वाळू भरत असल्याचं तिनं पाहिलं. त्यातली एक स्त्री अतिशय वेगळेपणाने उठून दिसत होती. ती तेजस्वी वाटत होती. पाहताक्षणी सीतेला ती आवडली.

ती स्त्री वयस्कर वाटत असली तरी तिची शरीरयष्टी सुदृढ दिसत होती. तिचे केस करडे होते, तिच्या विशाल नेत्रांत दृढता जाणवत होती. चेहऱ्यावर शांत भाव आणि ओठांवर समाधानाचे मंद हास्य विलसत होते. सीता काही क्षण तिच्याकडे डोळ्यांची पापणी न लवता बघत राहिली.

ती स्त्री सीतेबरोबरच स्नानासाठी नदीत उतरली. सीतेला तिने विचारलं, ‘‘तुला इथे आधी कधी मी पाहिलं नाही, आजच आलीस का? तू कोण आहेस?’’

सीतेने आपली ओळख करून दिली.

‘‘म्हणजे या वनातदेखील आर्यधर्माचा प्रसार करायला सज्ज झालेल्या रामाची पत्नी आहेस तू तर?’’ रेणुकादेवीचा स्वर तिरस्काराने भरला होता.

‘‘आपल्या पित्याच्या आज्ञेचं पालन करण्यासाठीच राम वनात आले आहेत.’’ तिच्या स्वरातील तिरस्कार लक्षात न घेता सीता ठामपणे म्हणाली.

‘‘माहीत आहे मला. पित्याची आज्ञा न्याय्य आहे की अन्याय्य हे समजून न घेता अंधपणे ती आज्ञा पाळणं हा आर्य संस्कृतीचाच एक भाग आहे! माझ्या पुत्राने तर हेच केलं होतं. तुझ्या पतीने माझ्या पुत्राला वचन दिलं होतं की, तो सर्वत्र आर्यधर्माचा प्रचार करेल. इतर वंशाच्या प्रदेशांतही आर्यधर्म प्रस्थापित करेल.’’ रेणुकादेवीच्या बोलण्यात एक सन्मान जाणवत होता.

‘‘तुम्ही रेणुकादेवी आहात?’’ खरं तर सीतेच्या मनात शंका नव्हती, तरीही तिने विचारलं.

''होय. माझ्याविषयी ऐकलं असशीलच तू. माझ्या आश्रमात जाऊ,'' रेणुकादेवीने जणू आदेशच दिला.

''क्षमा करा. मी नाही येऊ शकणार.'' सीतेच्या नकारात नम्रता होती.

यावर रेणुका इतकी खळखळून हसली की, जणू नदीच हसत असल्याचा आभास सीतेला झाला.

''तुझ्या पतीला हे आवडणार नाही म्हणून ना?''

''नाही! मी अजूनही तुमच्याविषयी त्यांच्याशी काहीच बोलले नाही.''

''सीते, मग कशाला काळजी करतेस? चल माझ्या सोबत!'' रेणुकादेवी आईच्या मायेने बोलत होती. सीतेसाठी हा अनुभव अगदीच नवखा होता.

सीता शांतपणे उभी राहिली.

''सीते, माझ्यासह आश्रमात चल. तिथल्या शिल्पप्रतिमा, चित्रं पाहून छान वाटेल तुला.''

''आता नको. श्रीरामांची अनुमती घेऊन येईन कधी तरी.''

''राम तुला कधीच अनुमती देणार नाही.''

''तुम्हाला कसं माहीत?'' सीतेने लगेच प्रश्न विचारला.

''पती आणि पुत्र यांच्याविषयी माझ्याशिवाय अन्य कोणालाच माहिती नाही.'' रेणुकेचं हसू लाटांवरच्या फेसासारखं तरंगू लागल्याचा भास झाला.

''रेणुकादेवी, आपल्या पतीने आणि पुत्राने आपल्याला नक्कीच अन्याय्य वागणूक दिली असेल. पण याचा अर्थ असा नाही की, आपण सगळ्यांना तसंच समजावं. मी पुन्हा कधी तरी येईन आश्रम पाहायला.''

सीतेने रेणुकेला अभिवादन केलं. आता बोलण्यासारखं काही उरलं नसल्याचं सुचवत सीता आपल्या कुटीकडे जायला निघाली.

रेणुकेने सीतेच्या मनात घर केलं. तिच्या बोलण्यातील आत्मीयता आणि उपहास असलेलं तिचं हास्य तिला सारखं आठवत राहिलं. 'रेणुकेने खरंच आईच्या मायेने मला बोलावलं होतं. मी खरंच एकदा तिच्या आश्रमात जायला हवं. याने असं काय मोठं आभाळ कोसळणार आहे? हे दोन्ही बंधू जेव्हा वनात जातील, तेव्हा एकदा रेणुकादेवीला भेटून यायला हवं,' असा विचार सीतेने केला. आता तिच्या मनातली रेणुकादेवीला भेटण्याची आणि तिचं शिल्पागार पाहण्याची इच्छा आणखी तीव्र होऊ लागली.

ती रामाला म्हणाली, ''माझ्या ऐकण्यात आलं आहे की, इथे जवळच एक शिल्पागार आहे. काही दिवसांपूर्वी इथल्या मुनींच्या आश्रमातील स्त्रियांनी तिथे जाऊन शिल्पप्रतिमा आणि घडे आणले. खूप सुरेख होते ते. मला जायचं आहे तिथे.''

''मीसुद्धा त्यासंबंधी ऐकलं आहे. पण तुला का बरं जायचं आहे? लक्ष्मण जाईल आणि घेऊन येईल. तू एवढे ओझे कसे उचलून आणशील?''

''मी सगळ्या वस्तू पाहीन. त्यातलं मला आवडेल, तेवढेच निवडून घेईन. ते इथपर्यंत कसं आणायचं हे पाहू नंतर.''

''मग जा आणि निवडून ठेव.''

'रामाला रेणुकादेवीविषयी, तिच्या शिल्पागाराविषयी खरंच माहिती असेल का? परशुरामाची आई या नात्याने रेणुकादेवीविषयी रामाच्या मनात आदरभाव असू शकेल. पण रेणुकादेवीच्या मनात परशुराम आणि राम यांच्या धर्माविषयी किती तिरस्काराची भावना आहे, हे रामाला माहीत असेल का?' सीता गहन विचारांत पडली.

रेणुकादेवीला भेटल्यानंतरच त्यांचे काय विचार आहेत, ते आपल्याला समजतील. शिल्पागारात जाण्यासाठी सीतेनं आपली कामं आवरती घेतली.

शांताने सांगितलेल्या खुणेच्या साहाय्याने सीता अगदी सहजपणे रेणुकादेवीच्या आश्रमात पोहोचली. रेणुकादेवी कामांत व्यग्र होती. तिच्यासह काही स्त्रिया माती आणि वाळू घेऊन काम करत होत्या. सीतेला पाहताक्षणी हातातलं काम सोडून रेणुका उठून आली.

''पतीची अनुमती घेऊन आली आहेस ना?'' रेणुकादेवी हसली.

''होय. त्यांच्या अनुमतीनेच आले आहे. पण मला सांगा, यात हसण्यासारखं काय आहे? तुम्ही म्हणाला होता की, इथे आल्यावर मी मूर्ती दाखवेन. मूर्ती कुठे आहेत?''

रेणुकेच्या चेहऱ्यावर हास्य होतं. ती प्रेमाने हसत सीतेला शिल्पागारात घेऊन गेली. तिथली एकापेक्षा एक अप्रतिम शिल्पं पाहून सीता अक्षरशः अवाक् झाली. मिथिला, अयोध्या यांसारख्या राज्यांमधलं राजवैभव, शिल्पकलेतली नजाकत सुंदरता सीतेनं अनुभवली होती. पण रेणुकादेवीच्या शिल्पांतलं सौंदर्य आगळंवेगळं होतं. सीतेनं यापूर्वी असं सौंदर्य कधीच पाहिलं नव्हतं. रेणुकेला जणू सीतेच्या मनात काय सुरू आहे, हे समजलं होतं.

''या स्त्रियांनी बनवलेल्या मूर्ती आहेत. माझ्या शिष्या आणि मी यांनी हे काम केलंय. म्हणून त्या वेगळ्या आहेत.'' सीतेला घेऊन रेणुका दुसऱ्या ठिकाणी गेली.

''बघ, या तुलनेनं साधारण मूर्ती आहेत.''

सीतेला त्याही मूर्ती खूप सुंदर वाटल्या. त्या मूर्तींच्या सौंदर्यात स्त्रीदेहाच्या कोमलता आणि कमनीयता याऐवजी सौष्ठव, आत्मविश्वास आणि अभिमान दिसून येत होता.

सीतेने त्यातल्या काही मूर्ती निवडल्या.

''शिल्पकलेत स्त्रिया फारशा काम करताना दिसत नाहीत. ही कला तुम्ही कुणाकडे शिकलात?''

''लहानपणापासूनच आवड होती मला. विशेष म्हणजे या कलेतले माझे कुणी गुरू नाहीत. मीच मथाझी गुरू आहे,'' रेणुका हसत-हसत म्हणाली. ती सीतेसाठी काही फळं घेऊन आली.

''हे बघ, हा खास वाळूचा घडा मी तुला देत आहे.'' रेणुकादेवीने एक सुंदरसा घडा सीतेला दिला.

''वाळूचा घडा?''

''हो तर! वाळूपासून घडा तयार करण्याची ही कला केवळ मलाच अवगत आहे.''

''अप्रतिम, अद्भुत!''

''होय, अद्भुत तर आहेच. मी म्हणते की, प्रत्येक स्त्रीकडे हा घडा असला पाहिजे.''

''का बरं?''

''स्त्रीचं पातिव्रत्य हे या वाळूच्या घड्यासारखं आहे, हे त्यांना जेव्हा समजेल तेव्हा स्त्रिया निश्चिंतपणे जगू शकतील.''

सीतेला काहीच समजलं नाही. तिनं रेणुकेकडे प्रश्नार्थक चेहऱ्याने पाहिलं.

''हा घडा तयार करण्यासाठी एकाग्रता अत्यंत आवश्यक असते. ज्यांना माझ्या एकाग्रतेची कल्पना नाही, त्यांना वाटतं की मी माझ्या पातिव्रत्याच्या सामर्थ्यावर वाळूपासून घडा बनवते. आता मी यावर असा विचार केला की, यात माझी काहीच हानी नाही. माझ्या पातिव्रत्यावर काही शंका नाही, तर समजू दे लोकांना काय समजायचं ते! पण हो, एकाग्रता कधीही भंग पावू शकते. कोणतंही कारण असू शकतं यासाठी. माझी एकाग्रता भंग व्हायला एक पुरुष कारणीभूत ठरला, त्याच्याकडे फक्त बघितल्याने माझं पातिव्रत्य भंग पावलं, असं माझ्या पतीला वाटलं. ते माझ्यावर खूपच संतापले. सीते, वाळूचा घडा सुंदर होण्यासाठी केवळ वाळू असून उपयोगाचं नाही. साधना, एकाग्रता, वाळू, त्यात घालायच्या पाण्याचं प्रमाण यांपेक्षाही आणखी काही गोष्टी आवश्यक असतात. जमदग्नी ऋषी – जे खरंच महाज्ञानी आहेत – त्यांना एवढी लहानशी गोष्ट समजू शकली नाही! ते असे मुमुक्षु आहेत, ज्यांनी तपःसाधना करून ज्ञान प्राप्त केलं; पण पत्नीच्या पातिव्रत्याबाबतच ते हट्ट धरून बसले.''

रेणुकेच्या बोलण्यातला उपरोध सीतेला जाणवत होता.

''पुढे काय झालं?'' सीतेच्या बोलण्यात उत्सुकता होती.

''मला मारण्याचा आदेश दिला त्यांनी पुत्रांना. परशुराम हे काम करण्यासाठी उद्युक्त झाला. परशुरामानेच तर माझा शिरच्छेद केला. जेव्हा माझं अर्ध शिर कापण्यात आलं, तेव्हा माझ्या पतीचा – ऋषी जमदग्नींचा संताप निवळला. मग परशुरामाला रोखण्यात आलं. माझ्यावर उपचार केले ते आश्रमातल्या, वनातल्या आदिवासी स्त्रियांनी! पुन्हा माझं शिर

गळ्याला जोडलं गेलं. मी कित्येक महिने मृत्यूशी झगडत होते. मृत्यूशी संघर्ष करताना, त्याला सामोरं जाताना माझ्यासोबत तीन रूपं होती – माझे पती, तो पुत्र आणि वाळूचा घडा. पती... ज्यांची मी काया-वाचा-मने सेवा केली; पुत्र... पतिव्रत धर्म पाळत आणि नऊ महिने गर्भात सांभाळून ज्याला जन्म दिला; वाळूचा घडा... जो मी एकाग्रतेनं साकार केला. सीते, पती-पुत्र-वाळूचा घडा हे तिन्ही समानच आहेत बघ. हे तिघेही छिन्नभिन्न होण्यासाठी एखादं तुच्छ कारण पुरेसं ठरतं. आयुष्य नेहमीच तलवारीच्या पात्यावर टांगलेलं असतं.''

सीतेच्या डोळ्यांत पाणी आलं, रेणुका मात्र खूपच गंभीर झाली होती.

''सीते, त्या मृत्यूशी संघर्ष करताना माझ्या मनात अनेक प्रश्न उभे राहिले. स्त्रीसाठी पती आणि पुत्र हे संबंध खरंच आवश्यक आहेत का? या प्रश्नाचं उत्तर म्हणूनच मी पतीला आणि पुत्राला मागे सोडून पुढे निघाले. हे संबंध आवश्यक आहेत असं न मानता मी त्यांच्यापासून दूर निघून आले. वाळूपासून घडा तयार करण्याच्या माझ्या कलेच्या आधारावरच मी जगते आहे. माझ्या सर्व शिष्यांना मी हाच उपदेश देत असते. मी कधीतरीच वाळूचा घडा तयार करते. पातिव्रत्य ही नेमकी कोणत्या प्रकारची भावना आहे, याचं स्मरण राहावं म्हणून मी कधी कधी या कलेत गढून जाते.

''पतीशिवाय स्त्रीच्या संसाराचं अस्तित्व आहे का? मातृत्वापेक्षाही महान अर्थ असू शकतो का? केवळ आपल्या अनुभवाच्या आधारे सगळ्यांनाच असा सरसकट उपदेश दिला जातो... स्त्रियांना वाटतं की, पती हेच सर्वस्व, तोच त्यांचा संसार, तेवढंच एकमात्र सत्य! पण एक दिवस तोच पती म्हणेल की, माझ्या संसारात तुला कवडीचं स्थान नाही, तेव्हा स्त्रियांनी कोणत्या आधाराने जगायचं? पुत्राला जन्म देणं हे जीवनाचं सार्थक मानणाऱ्या आपल्या स्त्रियांचे हे पुत्र केवळ त्यांच्या पित्याचा वंश पुढे चालवतात. बघता-बघता त्यांच्याच अधीन होतात. आपल्याच जगण्यावर सत्ता गाजवू लागतात. तूच सांग सीते, मग अशा पुत्रांना जन्म तरी का द्यावा? याबाबत मला जितक्या वाईट, कठोर अनुभवांना सामोरं जावं लागलं, तितकं अन्य कुठल्याच स्त्रीला सामोरं जावं लागलं असेल.

मी हे कठोर सत्य जाणलंय. मग ते इतरांना सांगणं माझं कर्तव्यच आहे, होय ना? पण कोणीही उच्चवर्णीय व्यक्ती माझ्या सांगण्याला महत्त्व देत नाही. या वनात राहणाऱ्या विभिन्न जातीच्या लोकांना मी मला अवगत असलेली कला शिकवते, मला जीवनात आलेले अनुभव त्यांना सांगते.''

''पण विवाहबंधन नसेल, तर सृष्टीचक्र थांबेल ना?''

''का बरं? सीते, या वनात कित्येक प्रकारच्या प्राण्यांना जन्म घेतला आहे, त्यांची वाढ सुरूच आहे. हे प्राणी काय विवाहाच्या बंधनात बांधले गेले आहेत का? इथे विभिन्न जातींचे लोक आहेत. त्यांचे वर्तन, व्यवहार अत्यंत भिन्न आहेत.''

''तुम्हाला काय म्हणायचं आहे मग? मनुष्याने पशु-पक्षी जगतात तसं असभ्यपणे जगावं?''

''तू या पशुपक्ष्यांना इतकं निम्न प्रतीचं का समजतेस? निसर्गाकडून, पशु-पक्ष्यांकडून प्रेम करण्याचा गुण शिका. त्यांची पूजा करा. त्यांच्यासह जगा. हेच तर मनुष्याचं कर्तव्य आहे. पण नेमकं याचं तुला विस्मरण घडलं आहे सीते! फक्त एखाद्या ग्रंथात कोणीतरी काही लिहिलंय, त्यालाच तू 'सभ्यता' समजत आहेस. लक्षात घे की, तू आता नगरीतून अरण्यात आली आहेस. नगरींत प्रमाण मानल्या जाणाऱ्या सभ्यतेचा इतका मोह कशाला सीते? मानुष्याचा खरा गुरू तर निसर्गच आहे ना?''

''तुमचे विचार मला खरंच समजत नाहीयेत. यामुळे स्त्रियांचं खूप नुकसान होईल असं मला वाटतंय.''

''नाही. नुकसान नाही होणार सीते! मूल जेव्हा फक्त आईचं असतं, तेव्हा अजिबात नुकसान होत नाही. पण काही स्त्रियांच्या आयुष्यात असा प्रसंग उभा राहतो, जेव्हा मुलं प्रश्न विचारतात की, 'आमचा जनक कोण आहे?' तर पती विचारतो, 'तुझ्या मुलांचा पिता कोण आहे सांग?' तेव्हा त्या स्त्रियांची मानसिक स्थिती काय होत असेल, याची कल्पना कर सीते. मग तुला समजेल की मी काय म्हणतेय ते.''

''कधी तरी कोणाच्या तरी आयुष्यात असं काही घडू शकतं, या विचाराने विवाहाशिवाय राहणं, विवाह न करताच अपत्यं जन्माला घालणं हे योग्य आहे? याला 'सद्‌वर्तन' म्हणता येईल?'' सीतेच्या प्रश्नात क्रोध होता.

"याला सद्वर्तन म्हणता येईल की नाही हे मला नक्की माहीत नाही. मी माझे विचार व्यक्त करत आहे. अनुभूती घेतल्यावरच सत्यबोध होतो. प्रत्येक मनुष्याला जे सत्य वाटतं, त्यालाच तो सत्य मानत असतो."

"याचा अर्थ, तुमचं आणि माझं सत्य सारखं नाही. होय ना?"

"या जीवनाकडे जितकं अधिक पाहशील, तितकं माझ्या विचारातलं सत्य तुला आकळेल."

रेणुकाचा तर्क सीतेला अत्यंत कोरडा वाटला. सीता लगेच उठून उभी राहू लागली. पण तिच्या पायाचा धक्का लागून वाळूचा घडा खाली पडून फुटला. सीता क्षणभर घाबरली. रेणुकेच्या चेहऱ्यावरही चिंतेचे भाव पसरले. सीतेला जवळ घेत छातीशी धरत रेणुका म्हणाली, "सीते, तुझ्यात खूप सामर्थ्य भरले आहे. माझं हे बोलणं तू नेहमी लक्षात ठेव. तुझं हे सामर्थ्यच तुझं संरक्षण करेल, असा माझा आशीर्वाद आहे."

रेणुकेच्या या शब्दांनी सीतेच्या मनात स्व-आदरभाव जागृत झाला. रेणुकेला नमस्कार केला आणि ती तिथून निघून गेली.

रेणुकेला मात्र सीतेविषयी अनामिक चिंता वाटू लागल्याने ती तिथेच बसून राहिली.

दोन्ही पुत्रांच्या संगोपनात सीतेचं जीवन व्यग्र झालं होतं. वाल्मिकी ऋषींच्या आश्रमात आठ वर्षे कशी गेली, हे सीतेला कळलंही नाही. पुत्रांचे अध्ययन, विद्याभ्यास यांची जबाबदारी सीतेने ऋषी वाल्मिकींकडे सोपवली होती. आता मिळालेला काही वेळ ती स्वतःसाठी देऊ लागली. तरीही तिच्या मनात लव-कुश यांच्याच संदर्भातले विचार यायचे. पुत्र आश्रमात परतेपर्यंत सीतेची नजर त्यांच्या वाटेकडेच खिळलेली असे. त्यांचे गोड बोल, रामकथा गातानाचे मधुर स्वर, धमाल करत केलेली कामं... सीता अगदी सुखाने जगत होती. पण एक दिवस असा आला, जेव्हा लव-कुश दारात उभ्या असलेल्या मातेकडे दुर्लक्ष करत थेट आत निघून गेले आणि उदास मनाने आपापल्या कोपऱ्यात बसून राहिले. सीता आश्चर्यचकित होऊन आत गेली आणि त्यांचे उतरलेले चेहरे पाहू लागली.

''लव, कुश, काय झालं रे बाळांनो? इतके उदास का आहात?''

''माते, आमचे पिता कोण आहेत, ते सांग आधी. आपण कोण आहोत? क्षत्रिय आहोत का?''

क्षणार्धात सीतेच्या चेहऱ्यावरचं तेज ओसरलं. ही दोन्ही मुलं श्रीरामांचे पुत्र असल्याचं तिला त्यांना सांगायचं नव्हतं. पण आज मुलं प्रश्न विचारू लागली होती. सीतेचं हृदय विदीर्ण झालं.

*काही स्त्रियांच्या आयुष्यात असा प्रसंग उभा राहतो, जेव्हा मुलं प्रश्न विचारतात की, 'आमचा जनक कोण आहे?' तर पती विचारतो, 'तुझ्या मुलांचा पिता कोण आहे सांग?' तेव्हा त्या स्त्रियांची मानसिक स्थिती काय होत असेल, याची कल्पना कर सीते. तेव्हा तुला मी काय म्हणतेय ते समजेल.* रेणुकादेवीचे हे शब्द आठवले आणि सीतेच्या देहात नखशिखान्त रक्त उसळलं. तिला स्वतःला सावरायला वेळ लागला. 'हे प्रश्न आज ना उद्या उठणारच आहेत,' या विचाराने तिने स्वतःचंच सांत्वन केलं. खरं तर या प्रश्नाचं उत्तर देणं आवश्यक होतं. 'आश्रमात राहणाऱ्या अन्य मुलांनी लव आणि कुश यांना हा प्रश्न विचारला असेल. म्हणूनच त्यांना ही अज्ञात वेदना बोचत आहे. त्यांच्या मनात संभ्रम, गोंधळ आहे. मला माझ्या पुत्रांची क्षमता अशा प्रकारे वाढवायला हवी, जेणेकरून ती अन्य लोकांनी विचारलेल्या प्रश्नांची उत्तरं देऊ शकतील,' असा विचार करत तिने दोन्ही पुत्रांना हृदयाशी कवटाळत सांगितलं, ''होय, तुम्ही दोघेही क्षत्रियपुत्र आहात.''

''तर मग आमचे पिता कोण आहेत?'' दोघांनी एकसुरात विचारलं.

''तुमचे पिता एक महान वीर आहेत. त्यांचं नाव, साकेत. ते नेहमी प्रजेच्या कल्याणार्थ व्यग्र असतात. ते कार्य इतकं मोठं आहे की, त्यांना एक क्षणदेखील उसंत नसते. काही वर्षांपर्यंत तरी ते कार्य सोडून आणखी काही करणं त्यांना मुळीच शक्य नाही. म्हणून तर आपल्याला महर्षी वाल्मिकींच्या आश्रमात पाठवण्यात आलं आहे.''

''ते असं कोणतं कार्य आहे?'' कुशच्या भोळ्या चेहऱ्यावर त्या कार्याच्या विचाराने अभिमानाचे भाव दाटले.

''या पृथ्वीतलावरची सर्व माणसं सुखी असावीत, त्यांच्या जीवनात कोणत्याच प्रकारचं दुःख असू नये. यासाठीच तुमचे पिता प्रयत्नशील आहेत. यापेक्षा अधिक मलाही माहीत नाही.''

''हो. पण त्यांचं कार्य संपल्यावर आमचे पिता आम्हाला न्यायला येतीलच ना?''

''हो, अवश्य. तुम्हा दोघांना प्रेमाने भेटून सोबत घेऊन जातील.''

लव-कुशचे चेहरे प्रसन्नतेने खुलले, दोघेही खळखळून हसू लागले.

''चला, माझ्या पूजेसाठी फुलं घेऊन या,'' सीता म्हणाली. परंतु त्या दोघांना तिथून जायचं नव्हतं. आपल्या पित्याविषयी पहिल्यांदाच त्यांनी इतकं काय ऐकलं होतं. लवच्या मनात एक शंका आली,

''माते, आमचे पिता शूरवीर आहेत, क्षत्रिय आहेत. मग क्षत्रियांना धनुर्विद्या, युद्धकला अवगत असावी लागते ना? आमच्या वडलांना हे सगळं अवगत आहे का?''

सीतेने गर्वानं त्यांच्याकडे पाहिलं आणि ती हसली.

''त्यात तुमच्या पित्याइतकं पारंगत असं या पृथ्वीतलावर अन्य कुणीच नाही.''

लव-कुशनी सीतेला आनंदाने मिठी मारली.

''माते, आमचे पिता आपलं कार्य संपवून येतील ना? आम्हाला क्षत्रिय विद्या कशा शिकता येतील? या आश्रमात आम्हाला कोण शिकवेल या विद्या? आम्हाला भेटल्यावर आमच्या वडलांना काय वाटेल? ते काय करतील माते?''

त्यांचं हुरळून जाणं पाहून सीतेला हसू आलं.

''तुम्हाला क्षत्रिय विद्या शिकायच्या आहेत? मग मी शिकवेन तुम्हाला.''

''तू?''

''का? मीदेखील एक क्षत्रिय स्त्री आहे.''

''परंतु स्त्रिया युद्ध करत नाहीत ना?''

''आवश्यकता निर्माण झाल्यास स्त्रिया काहीही करू शकतात. मीसुद्धा युद्धविद्या जाणते. उद्यापासून मी तुमची फक्त माता नाही, गुरूसुद्धा आहे.'' लव-कुश आनंदाने नाचू लागले.

वाल्मिकींच्या आज्ञेनुसार सीता लव-कुशला धनुर्विद्या शिकवू लागली. आपल्या मातेचं युद्धकौशल्य पाहून दोघेही आश्चर्यचकित झाले.

आईविषयी त्यांच्या मनात प्रेम तर होतंच; पण आता आईचं हे क्षत्रिय रूप बघून त्यांना अभिमानही वाटला. आपला पिता यायच्या आत आपणही महान वीर व्हायचं, हेच आता त्या दोघांचं ध्येय होतं. या ध्ययेपूर्तीसाठी ते सीतेकडून धनुर्विद्या शिकू लागले. आश्रमामध्ये ऋषी वाल्मिकींच्या समोर रामायण गाताना त्यांच्या मनाला खूप शांती लाभत होती. आपल्या वाढत्या पुत्रांना पाहून सीतेच्या मनातील चिंताही वाढू लागली. लव-कुश यांच्या बोलण्यात दररोज त्यांच्या पित्यासंबंधी काही ना काही उल्लेख होत असे. लव-कुशची पित्याला भेटण्याची ओढ बघून सीतेच्या मनावरचं दडपण वाढत चाललं होतं. सीतेला हे दडपण जाणवतच होतं.

''आमच्या पित्याचं दर्शन कधी होईल, माते?'' लवने एके दिवशी उदासपणे विचारलं.

दोघांनाही प्रेमानं जवळ घेत ती म्हणाली, ''थोडे दिवस वाट बघावी लागेल मुलांनो! मी तुम्हाला म्हटलं होतं ना की, काही कारणाने ते अज्ञातवासात आहेत. आता त्यांच्याविषयी कुणाला काहीही कळता कामा नये बरं. योग्य वेळ येताच तुम्हाला स्वतःलाच कळेल.''

हे ऐकताच लव-कुशच्या चेहऱ्यावर प्रसन्नता आली.

''ती वेळ लवकरच आली तर किती छान ना!'' कुशच्या मनातली आशा त्याच्या चेहऱ्यावर जाणवत होती.

''हो. पण आता तुम्हाला कशाची कमी आहे? वाल्मिकी ऋषी तुम्हाला शिक्षण देत आहेत. मी स्वतः तुम्हाला धनुर्विद्या शिकवते आहे. मी आणखी काही विद्या तुम्हाला शिकवणार आहे.''

''होय. पण तू आम्हाला सगळ्या विद्या शिकवल्यास, तरी आमचे वडील येऊन आम्हाला अन्य विद्या शिकवतीलच ना?''

''मी तुम्हा दोघांना सर्व विद्या शिकवेन. जेणेकरून शिकण्यासाठी कोणती विद्या उरणारच नाही!'' सीता हसली.

''म्हणजे आमच्या वडलांपेक्षा अधिक विद्या तू जाणतेस तर!''

''कमी-अधिक हा प्रश्न नाही. पूर्वी एक विशाल धनुष्य उचलून ते भंग करण्याचं सामर्थ्य मोजक्या व्यक्तींमधेच असायचं. त्या विद्येत तुमचे पिता आणि मी दोघंही प्रवीण आहोत.''

''आम्हालाही ती विद्या शिकव ना माते! वडलांसमोर त्या विद्येचं प्रदर्शन करू तेव्हा ते आश्चर्यचकित होतील.''

''चला, मला खूप कामं आहेत. तुमच्याशी गप्पा मारत बसून मला चालणार नाही.'' असं म्हणून उठून सीता आश्रमाच्या आत गेली. खरं तर तिला ना काम होतं, ना काही करायची तिची इच्छा होती.

'आपल्या पित्याविषयी लव-कुशच्या मनात अनेक आशा आहेत. मुलं खूप स्वप्नं पाहत आहेत. मी तर या मुलांना अगदी प्रेमाने वाढवते आहे. यांनी त्यांच्या पित्याचा चेहरा पाहिलेलाही नाही. रामाविषयी या मुलांना काहीही माहिती नाही. तिकडे रामालाही आपले दोन्ही पुत्र इथे लहानाचे मोठे होत आहेत, याची कल्पना नाही. पण तरी या मुलांना पित्याची आवश्यकता आहे, त्या पित्याचं नाव आपल्या नावासोबत लावून मोठं होण्याची आकांक्षा आहे.

'मी तर भूमिकन्या आहे. पण जनक राजाने माझं पालनपोषण केलं, म्हणून मी 'जानकी' झाले. लव-कुश यांनाही 'रामपुत्र' म्हणून संबोधलं जाईल. त्यावेळी यांना सन्मानित झाल्यासारखं वाटेल. राम तर 'दशरथी' आहे. तेच नाव रामाला अधिक प्रिय वाटते. रामाला या नावाचा अभिमान आहे खूपच. ते रामाला गौरवास्पद वाटते. माझ्या पुत्रांनाही याच नावाची अपेक्षा आहे. हाच तर लोकधर्म आहे, हाच जगरहाटीचा नियम आहे.

'पण हे खरंच शक्य आहे का? या पुत्रांना राम स्वीकारेल का? राम स्वतःचं नाव या मुलांना देईल खरंच? त्यांचा आपले वंशज म्हणून स्वीकार करेल तो? जर रामाने यांना स्वीकारलं नाही, तर या पुत्रांची मनं किती दुखावली जातील!

'आणि हो, यांचा पुत्र म्हणून स्वीकार करून राम यांना अयोध्येला घेऊन गेले, तर मी एकटी करू, माझं काय होईल?

'प्राणप्रिय पित्याचा हात सोडून मी माझा हात रामाच्या हातात दिला. जो राम माझ्यावर जिवापाड प्रेम करायचा त्यानं मात्र माझा हात मध्येच सोडून दिला.

'आजपर्यंत मी ज्यांना जिवापाड प्रेम करत जपलं, वाढवलं अशा प्राणप्रिय मुलांचा हात धरून मी त्यांना रोखू शकेन का? मी रोखलं तर ते थांबतील का? पित्याने हाक दिल्यावर ती धावत तर जाणार नाहीत ना?

'माझ्याजवळ तसं काय आहे स्वतःचं? समाजाच्या भयापोटी रामाने माझ्यावर एक कलंक लावला, तोच काय तो माझ्याजवळ आहे.

'रामाकडे तर साम्राज्य आहे. पत्नीसाठी तो साम्राज्याचा मोह कधीच सोडू शकत नाहीत. मग माझी मुलं तरी हे साम्राज्य नाकारू शकतील? मुलांच्या शरीरात वाहणारं एका क्षत्रियाचं रक्त हे नाकारू देईल?'

सीता विचारांत आकंठ बुडाली. तिला चिंतेनं, अस्वस्थतेनं घेरलं.

'एक माता या नात्यानं माझ्या पुत्रांवर माझा कोणताच अधिकार नाही खरं तर! तशीही मी अधिकार गाजवायला कधीच उत्सुक नव्हते. मी फक्त प्रेम केलं... पित्यावर, पतीवर, पुत्रांवर! पण यातल्या कुठल्याही प्रेमात अधिकार गाजवला नाही मी. मला नको होता तो अधिकार.

'नियतीनं माझ्या पोटी हे दोन पुत्र दिले. हरणांच्या पाडसासारखा मी यांचा सांभाळ केला. पाडसं मोठी झाल्यावर ती वनात निघून जातात... ती माघारी फिरत नाहीत कधी.

'ही मुलंही नाहीच परतणार!'

सीता स्वतःचीच समजूत घालण्याचा प्रयत्न करू लागली.

❧

लव आणि कुश वाल्मिकींबरोबर अयोध्येला गेले त्याला आता दहा दिवस उलटून गेले. दहा दिवस झाले सीतेचं मन दुःखविव्हळ झालं होतं.

'अयोध्येमध्ये या पुत्रांना रामाचं दर्शन होईल का? राम यांना ओळखेल का? तो वाल्मिकी ऋषींना काय प्रश्न विचारेल? वाल्मिकी ऋषींची उत्तरं ऐकल्यावर त्यांची प्रतिक्रिया काय असेल? राम आपले पिता आहेत हे समजल्यावर पुत्रांची प्रतिक्रिया काय असेल? इतक्या काळापासून रामायणाचं गायन करणारे लव-कुश यांना मीच म्हणजे सीता त्यांची माता असल्याचे अजूनही माहीत नाही. त्यांना हे समजल्यावर किती आनंद होईल? पण... पण त्यानंतर? सत्य समजल्यावर पुत्रांना अयोध्येला नेण्यासाठी राम आलाच, तर ही मुलं त्यांच्याबरोबर जातील का, मलाही सोबत नेतील का? आणि समजा ते न्यायला तयार झाले तर मी जावं का? पण लव-कुश माझ्यापासून दूर जायला तयारच झाले नाहीत तर?

'मी त्यांना जन्म दिला, त्यांचं पालनपोषण केलं; पण आता त्यांच्यापासून दूर होणं आवश्यक आहे. त्यांच्या पित्याने इथे येऊन आग्रह केला, तरी ती फक्त माझीच मुलं आहेत असं मला नाही म्हणता येणार. शेवटी ते रघुवंशाचे वारस आहेत. हीच मुलं रघुवंश पुढे नेणार आहेत.'

आता सीतेला पुन्हा एकदा रेणुकादेवीची आठवण आली.

एक दिवस असा होता, जेव्हा रेणुकेचे विचार ऐकून सीतेला तिरस्कार वाटला होता. पण आज रेणुकेचं दुःख केवळ सीताच समजू शकत होती.

रामाने सीतेच्या अग्निपरीक्षेचा केलेला आग्रह, तिला वनात जाण्याची दिलेली आज्ञा... या घटना आठवल्यावर सीतेला तो घडा आठवला. रेणुकेने तयार केलेला वाळूचा घडा. अपमान तर फक्त सीतेचाच नाही, तर अहल्येचा आणि रेणुकेचाही झाला होता. संशय तर या तिघींवरही घेण्यात आला होता.

रामाने जेव्हा सीतेचा त्याग केला, तेव्हा सीता दुःखी झाली होती. त्या वेळी अहल्येनेच तिला धीर दिला होता.

कोणतीही अपेक्षा न ठेवता, हरिणीच्या पाडसांसारखं मुलांचं पालनपोषण करायला सांगितलं होतं. तशाही सीतेच्या मनात खूप आकांक्षा नव्हत्याच. पण आता आपल्या मुलांचा विरह सहन करावा लागेल, या विचारानेच ती व्यथित झाली होती. कधी ती व्यथा इतकी तीव्र व्हायची आणि तो व्यथा-विलाप शरीरभर पसरतोय असं सीतेला वाटायचं. तिचं मन सुन्न व्हायचं. चंद्र क्षणार्धात नाहीसा व्हावा आणि त्याच्या प्रकाशाच्या अनुपस्थितीत सर्वत्र गडद अंधार पसरावा, अशीच तिची मनःस्थिती झाली होती.

'गडद अंधारात मला कोण हात देईल बरं?'

'मुली, मी आहे ना!' भूदेवीचे प्रेमळ शब्द सीतेला बळ देऊन गेले.

'माझी आई स्वतंत्र आहे. मी तिच्याकडे जाईन. ती सर्वशक्तिशालिनी आहे. तिला शरण जाताच ती मला प्रेमालिंगन देईल. पुत्र, पिता यांच्या आदेशाचं पालन, पातिव्रात्य, मातृत्व या सगळ्याचा मला अनुभव प्राप्त झाला आहे. अहल्या, शूर्पणखा, उर्मिला यांना आलेल्या अनुभवांपेक्षा रेणुकादेवी आलेला अनुभव खूपच वेगळा होता - या अनुभवाविषयी मी

पूर्णत: अनभिज्ञ होते. रेणुकादेवीने तर आपल्या पुत्राच्या क्रूरतेचा अनुभव घेतला होता. असा पुत्र - ज्याला तिने आपल्या गर्भात वाढवलं, जन्म दिला. पण शेवटी त्यानं पित्याचा आदेशच अटळ मानला आणि तो आपल्या जन्मदात्रीचा शिरच्छेद करायला सज्ज झाला. रेणुकादेवीच्या पुत्राने दाखवलेली क्रूरता ही धर्माला बांधील होती. रेणुकादेवीने त्या कौर्याचो मूलाधार जाणून घेतला. या प्रक्रियेत तिच्या मनात किती वावटळी उठल्या असतील! किती गहन असतील त्या. आर्यधर्माला थेट आव्हानं देण्याचं सामर्थ्य असलेली गहनता.

'माझ्यामध्ये आहे इतके सामर्थ्य? वंशाला वारस देऊन मला आता मातृत्वाच्या बंधनातून मुक्त होत माझ्या मातेकडे परतायचं आहे. अर्थात, आर्यधर्मासाठी माझी ही कृती धिक्कारास्पदच असेल.

'शूर्पणखा, अहल्या, उर्मिला, रेणुका... सर्वांच्या कथा खूप वेगळ्या आहेत. त्यांच्या वाटाही वेगळ्या आहेत. माझी वाट, माझे विचारही भिन्न आहेत.

'त्या सर्वांना आलेल्या अनुभवांतून जे शिकायचं होतं, ते मी अवगत केलेच आहे. प्रारंभी त्या स्त्रियांविषयी माझ्या मनात तिरस्कार, संताप होता. पण आता मात्र सख्यभाव आणि समरसता निर्माण झाली आहे. कारण मला हे समजलं आहे की, या सर्वांची जीवनकथा, त्यांच्या व्यथा सारख्याच तर आहेत. मी एकटीच नाही, माझ्यासारख्या अन्य स्त्रियाही आहेत. त्यांचं दुःखही माझ्यासारखंच आहे. त्यांच्याकडे पाहून माझं मनःसामर्थ्य वाढलं. या सामर्थ्याच्या आधारेच मी माझ्यावर असलेला कलंक सहन करत, दोन पुत्रांचा भारही उचलला. त्यांचं पालन-पोषण अगदी समाधानानं करू शकले. त्यांना सर्व विद्या शिकवू शकले.'

वाल्मिकी ऋषी तिथे आले, तशी सीतेच्या विचारांमध्ये बाधा आली. सीतेने त्यांना आसन दिलं.

''पुत्री, रामाला वस्तुस्थिती समजली असून लव-कुशचा पुत्र म्हणून त्याने स्वीकार केला आहे.''

वाल्मिकी ऋषींच्या बोलण्यात संतुष्टी होती. त्यांनी आपलं कर्तव्य पूर्ण केलं. वाल्मिकी ऋषींच्या काव्याचे नायकपुत्र आश्रमात अध्ययन करून आता आपल्या पित्याकडे परतले. वाल्मिकी ऋषींचं मन सुखावलं

होतं. कारण आता पिता-पुत्राच्या भेटीने त्यांच्या काव्याचा शेवट गोड होणार होता.

''मला खूप समाधान वाटलं मुनीश्वर!'' सीतेच्या स्वरात निश्चलता होती. एवढं बोलून ती शांत झाली. हे ऐकून वाल्मिकी ऋषींचा उत्साह मावळला. 'सीतेवरचं संकट दूर करायचं आहे,' असा विचार त्यांच्या मनात आला. ते विचलित झाले.

''पुत्री, तू सभेमध्ये सर्वांसमोर सत्य कथन करावंस असा रामाने निरोप पाठवला आहे. मग तुला पट्टराणीचं पद मिळेल. तुला 'वीरमाता', 'राजमाता' असंच संबोधलं जाईल.''

यावर सीतेला वाटलं की, मोठ्ठ्याने हसावं. पण समोर असलेल्या वाल्मिकी ऋषींप्रति आदरभाव असल्याने ती स्मित करत म्हणाली,

''मुनिश्वर, हे सर्व करणं माझ्यासाठी आवश्यक आहे का खरंच? याला काही अर्थ तरी आहे का?''

वाल्मिकी ऋषी आश्चर्यचकित झाले. पण ते आता जाणू शकले की, सीतेचं अंतर्मन किती स्थिर, शांत आहे. सीतेच्या डोक्यावर हात ठेवत आशीर्वाद देत ते म्हणाले, ''सीते, तुला काही उपदेश करण्याचे सामर्थ्य किंवा धारिष्ट्य माझ्यात नाही!''

लव-कुश तिथे पोहोचण्याआधीच तिथून निघण्याच्या विचाराने सीता तयारीला लागली. तिला अनेक आश्रमवासियांचा निरोप घ्यायचा होता.

लव आणि कुश परत आले. पण त्यांना त्यांची माता तिथे भेटलीच नाही. सीतेशिवाय तो आश्रम सुनासुना झाला होता. लव-कुश खिन्न झाले. त्यांना आता सत्य समजलं होतं.

मातेसंबंधी प्रश्न विचारण्याच्या आवेगात ते दोघे वाल्मिकी ऋषींच्या कुटीच्या दिशेने चालू लागले.

वाल्मिकींनी सीतेचे विचार काय आहेत, याची दोघांनाही कल्पना दिली.

आयुष्यात प्रथमच त्या दोन्ही बालकांना आपल्या आईचा राग आला.

'पित्याची इच्छा मानून आपण निर्दोष आहोत हे जर तिनं सभेला पटवून दिलं असतं, तर किती छान झालं असतं. आम्हालाही खूप आनंद झाला असता,' दोघांच्या मनाला वेदना बोचू लागल्या.

लव आणि कुश... ही आता वाल्मिकी ऋषींच्या आश्रमात वाढणारी बालकं नव्हती. ते आता आर्यपुत्र होते. होय, ते राजकुमार होते, भावी महाराजा होते. भूमिकन्या सीतेला ते कधी पूर्णपणे समजू शकतील की नाही, काय माहीत...

# सीतेची मुक्ती

अनेक सागर पार करून, अतिकष्टप्रद असा चौदा वर्षांचा वनवास संपवून राम, सीता आणि लक्ष्मण परतले. आता त्यांचं स्वागत करायला अयोद्ध्या नगरीतील सारे जण पुढे आले.

फक्त उर्मिला नव्हती त्या स्वागतकर्त्यांत.

सीतेची आतुरलेली नजर उर्मिलेला शोधत होती. पण तिच्या नजरेला ती दिसलीच नाही. सासुबाईंनी प्रेमपूर्वक दिलेली आलिंगनं, ख्यालीखुशालीची विचारपूस; मांडवी, श्रुतकिर्तीचे प्रेमळ बोल-आदरातिथ्य यांपैकी कशानेच सीता सुखावली नाही.

स्वागताची लगबग ओसरताच सीता आपली छोटी बहीण श्रुतकिर्तीजवळ गेली. सीतेने विचारलं, "उर्मिला कुठे आहे? तिला बरं नाही का?" ती काहीच उत्तर देत नसल्याचं लक्षात येताच सीतेनं परत विचारलं, "कुठे आहे उर्मिला?"

श्रुतकिर्तीचा निस्तेज चेहरा पाहून सीता क्षणभर घाबरली.

"उर्मिला बरी आहे ना? सगळं ठीक आहे ना?"

सीतेला वाटणारी काळजी श्रुतकिर्तीला जाणवली खरी; पण तरीही काय उत्तर द्यावं हे तिला समजत नव्हतं.

श्रुतकिर्तीने चौदा वर्षांपूर्वी उर्मिलेला पाहिलं होतं.

"तू काहीच उत्तर न देता अशी स्तंभित का झाली आहेस? उर्मिला कुठे आहे? ती कशी आहे?" सीतेनं पुन्हा विचारलं.

"उर्मिला कशी आहे, हे मला माहीत नाही. चौदा वर्षांपूर्वी तू इथून गेलीस, तशी उर्मिला मला दिसलीच नाही."

सीतेला काहीच समजेना. आपण काही चुकीचं ऐकलंय असं वाटल्यानं सीतेने मोठ्या आवाजात पुन्हा विचारलं, "श्रुतकिर्ती, मी तुला उर्मिलेविषयी विचारत आहे."

"सीते, मीदेखील उर्मिलेविषयीच बोलत आहे. तुम्ही इथून वनवासात गेल्यानंतर उर्मिलेला कुणीच पाहिलं नाही. ती ना आपल्या भवनातून कधी बाहेर आली, ना कोणाला तिनं आत येऊ दिलं."

सीता आश्चर्यचकित झाली.

"कोणालाच दिसली नाही ती? आपल्या सासुबाईंनाही नाही दिसली?"

"अक्षरशः कोणालाच नाही. फक्त सेवकच ये-जा करत असत. त्या दासींपैकी चारुमती या एकमेव दासीला तिच्या कक्षात प्रवेश करायची अनुमती होती. उर्मिलेची ख्यालीखुशाली चारुमतीच आम्हाला कळवते."

सीतेला श्वास अडखळ्यासारखं झालं.

चौदा वर्षं! कुणाशीही एक अक्षरही न बोलता आणि आपल्याच माणसांना न बघता ती चौदा वर्षे कशी जगली असेल? ती आतून किती दुखावली गेली असेल की, तिला इतका कठोर निर्णय घ्यावासा वाटला! चौदा वर्षं... ती खरंच रामाला, लक्ष्मणाला आणि मला क्षमा करेल?

"आज आम्ही येणार असल्याचं उर्मिलेला माहीत होतं का?"

श्रुतकिर्तीची नजर झुकली.

सीतेला वाटलं एकदा रामाकडे जाऊन हे सांगावं. पण रामाच्या भोवती त्याचे भाऊ, मंत्री आणि नगरीतील मुख्य माणसांचा जणू गराडाच होता. त्यामुळे राम किंवा लक्ष्मण यांच्यापर्यंत पोहोचणं जवळपास अशक्य होतं.

तेवढ्यात श्रुतकिर्ती एका दासीला घेऊन तिथं आली.

“हिचं नाव आहे चारुमती.” श्रुतकिर्ती म्हणाली. सीता आता एक क्षणही वाट पाहू शकत नव्हती.

“चल, आपण त्वरित उर्मिलेची भेट घेऊ या.”

“ती कुणालाच भेटणार नाही.” चारुमतीने थोडक्यात उत्तर दिलं.

“ज्यांच्यामुळे ती एकाकी जीवन जगत आहे, ते लोक तिची भेट घ्यायला आल्याचं कळल्यावर ती नक्कीच भेटेल बघ.”

सीतेने आपल्या नजरेनेच चारुमतीला सोबत येण्याची आज्ञा केली. उर्मिलेचं भवन दूरवर असल्याचं सीतेला वाटलं. इतकं अंतर चालूनही आपण अजूनही कसे पोहोचत नाही, असं तिला वाटत होतं. उर्मिलेला भेटण्याची अनिवार ओढ आणि औत्सुक्य अशा भावना सीतेच्या मनात दाटून आल्या होत्या.

वनवासात असताना सीतेला अनेकदा असं वाटायचं की, लक्ष्मणाबरोबर उर्मिला आली असती तर किती बरं झालं असतं. तिला वाटायचं की, राम आणि लक्ष्मण कामानिमित्त वनात जातात तेव्हा उर्मिलेसोबत वनातल्या सौंदर्याचा आनंद घेता आला असता, वनात विहार करता आला असता.

“लक्ष्मणा, तू उर्मिलेला तिथे सोडून का आलास?” सीता जेव्हा जेव्हा हा प्रश्न विचारत असे तेव्हा लक्ष्मण निःशब्द व्हायचा.

राम, सीता आणि लक्ष्मण वनात जाण्यासाठी निघाले होते, तेव्हा प्रजाजन गोंधळून गेले होते. कोणालाच काही सुचत नव्हतं.

दशरथ राजाचे आजारपण, कौसल्येचं दुःख... संपूर्ण अयोध्यानगरी शोकात बुडाली होती. सीतेलासुद्धा रामाबरोबर वनवासात जाण्याची अनुमती मोठ्या मुश्किलीने मिळाली. त्यानंतर शरयू नदी पार करताना लक्षात आलं की, उर्मिला आपल्याबरोबर नाहीये. या सगळ्या प्रसंगात उर्मिला गोंधळून गेली होती आणि ती अंतःपुराच्या बाहेर पण आली नव्हती. हे लक्षात आल्यावर सीतेला तिच्याविषयी अधिकच चिंता वाटू लागली.

सीता रामाला सतत एकच प्रश्न विचारत होती, ‘‘उर्मिलेने आपल्याबरोरबर येण्याची इच्छा व्यक्त केली नाही का? लक्ष्मण आपल्यासोबत येत असल्याचं पाहून तिला खूप दुःख झालं असेल ना? वनवासात जाण्याची कल्पना उर्मिलेला असह्य होत होती का? मग तर लक्ष्मणाने आपल्यासोबत न येता, तिच्यासह अयोध्येतच राहणं योग्य होतं. उर्मिलेला असं एकाकी मागे ठेवून येणं कितपत प्रस्तुत होतं?’’

सीता जेव्हा रामाला अशा तऱ्हेचे प्रश्न विचारायची, तेव्हा रामही तिला योग्य उत्तरं देऊन शांत करत असे. ‘‘आपल्या तीन सासूंची सेवा करण्यासाठी उर्मिलेनं अयोध्येत राहणंच प्रस्तुत होतं. कौसल्यानं तर एकाच वेळी आपला पती आणि पुत्र गमावला होता. अशा वेळी तिच्यासोबत कुणीतरी असणं अत्यावश्यक होतं. तू माझ्यासोबत येण्याचा निर्णय घेतलास. मग त्यांना उर्मिलाच सांभाळू शकते ना? तीन सासूंजवळ तीन सुना तर हव्यात ना. विशेषतः कौसल्या मातेजवळ सतत कोणीतरी असणं आवश्यक आहे.’’

राम सीतेला अशा अनेक गोष्टी सांगत असे.

‘‘अंतःपुरात रोजची अनेक कामं असायची. माता कौसल्या ती सगळी कर्तव्यं अगदी सक्षमतेने पूर्ण करत असे. पण आता तिच्यात त्राण नाही उरला. कदाचित तिच्या मनात इच्छाही राहिली नसेल. मग ती सगळी कर्तव्यं उर्मिलेशिवाय अन्य कोण निभावून नेऊ शकेल?

‘‘सीते, तूच सांग. याबाबतीत उर्मिलाच अधिक योग्य आहे ना? आपण अयोध्येमध्ये होतो, तेव्हाही कौसल्या माता तुझ्यापेक्षा उर्मिलेवरच अधिकाधिक जबाबदाऱ्या सोपवत असायची. हो ना?’’

सीता आता मनोमन विचार करू लागली, ‘खरंच! या सगळ्या जबाबदाऱ्या उर्मिलाच समर्थपणे निभवत असे. केवळ नजरेने आज्ञा देण्याची क्षमता तिच्यात होती. पिताश्रीही तिच्या या गुणांची नेहमी प्रशंसा करत असत. पिताश्री नेहमी म्हणायचे की, धनुर्विद्या आणि वनविहार करण्यात तुला जितकी आवड आहे तितकी अन्य विषयात नाही.’

खरं तर अंतःपुरातील कर्तव्यं, तिथले व्यवहार, तिथली कामं करणं हे सीतेला मनापासून आवडत नव्हतं. वनात जावं, आपल्या

सख्यांसह बागडावं, खेळावं, धनुर्विद्येत प्रावीण्य मिळवावं, मनसोक्त वनविहार करावा, गवतांच्या गालिच्यावर पहुडावं हे सगळं सीतेला खूप आवडायचं. अयोध्येत आल्यानंतरही अंतःपुरातील कामं करण्यासाठी ती फारशी कधी उत्सुक नसायची. कौसल्या मातेनेही सीतेला ही कामं शिकवण्याची जबाबदारी स्वतःवर घेतली नाही. उर्मिला नेहमीच कौसल्या मातेबरोबर असायची.

सीता अंतःपुरापेक्षा वनातच आनंदी असायची. कारण वनात सारे जण सखाभाव आणि आदरभाव जपत जगत होते. कोणी एकमेकांवर कुरघोडी करत नव्हते. या सगळ्यांशी सख्य जुळवून त्यांच्याबरोबर जगणं सीतेला खूपच आवडत होतं.

"सीते, तू साक्षात भूमिकन्या आहेस. तुला जे आवडेल, तेच उर्मिलेला आवडेल असं मुळीच नाही. तू निसर्गावर प्रेम करणारी आहेस. पण उर्मिलेला मात्र नागरी जीवन, अंतःपुरातील जबाबदाऱ्या पार पाडणं मनापासून आवडत असू शकेल. होय ना?" राम हर तऱ्हेने सीतेची समजूत घालायचा. तरीही सीतेच्या मनात उर्मिलेविषयी काळजी दाटून यायचीच.

खरंच! आपल्या जीवन-साथीदाराच्या विरहाचं दुःख सोसणं तसं कठीणच असतं. रावणाच्या बंदिवासात असताना सीतेनं हे दुःख भोगलं होतं.

सीतेची निसर्गाविषयी असणारी आत्मीयता, प्रेम रावणाला माहीत होतं. म्हणूनच रावणानं सीतेला अशोकवनात ठेवलं होतं. ते खरंच अतिसुंदर उद्यान होतं. सीतेनं असं वनसौंदर्य आणि वनवैभव ना मिथिला नगरीत पाहिलं होतं, ना अयोध्येत. रावण मोठमोठ्या वल्गना करायचा खरा; परंतु सीतेच्या नजरेला नजर देण्याचं धारिष्ट्य त्याच्यात नव्हतं. सीतेच्या लेखी रावण जणू कस्पटासमान होता.

राम लंकेत कधी येईल आणि आपली इथून मुक्तता कधी एकदा करेल, याची प्रतीक्षा करत आयुष्य कंठणं म्हणजे सीतेसाठी नरकवास होता.

राम नक्की येईल आणि या रावणाचा वध करेल, याविषयी सीता मुळीच साशंक नव्हती. खरं तर ती स्वतःचं रक्षण करण्याची क्षमता बाळगून होती. पण तरीही संयम ठेवून पतीची वाट बघत राहणं म्हणजे तिच्या सहनक्षमतेची सत्त्वपरीक्षाच होती.

रामाची इच्छा काय होती हे सीता जाणून होती. आपल्या हातूनच रावणाचा वध व्हावा, हीच तर रामाची इच्छा होती. हे माहीत असल्यानेच सीतेने संयम बाळगला होता.

एक दिवस सीतेने रामाला विचारलं की, ''आपल्या दोघांच्या संबंधांतला कोणता विषय तुम्हाला अतिशय प्रिय आहे.''

''मला सर्वाधिक प्रिय आहे ते तुझं संरक्षण मी करणं, अगदी डोळ्यांतल्या बाहुलीसारखं! तुझ्या पायात जर काटा रुतला तर तो मीच काढावा. तुला सतावणाऱ्या किड्याचा नाशही मीच करावा. अयोध्येचा राजा होण्यापेक्षा तुझं रक्षण करण्यातच मला अधिक आनंद मिळतो.'' रामाने उत्तर दिलं.

''पण मी तर स्वसंरक्षण करू शकते. धनुर्विद्येत मी तुमच्याइतकीच तरबेज आहे.'' सीतेने हसत हसत उत्तर दिलं. रामाच्या चेहऱ्यावरचे रंग बदलले.

''मी जिवंत असेपर्यंत तुझ्यावर स्वरक्षणाची वेळच येणार नाही. तुला रक्षणासाठी माझीच प्रतीक्षा करावी लागेल. माझ्या सबल हातांच्या रक्षणाची तू वाट बघ. जर तुझं रक्षण तू स्वतः करणार असलीस तर मग माझं अस्तित्व काय उपयोगाचं? तू स्व-रक्षण करणार नाहीस, याचं मला वचन दे.''

सीतेने रामाच्या हातात आपला हात गुंफला.

सीतेचं अपहरण झालं... मग अशोकवनात रामाची प्रतीक्षा करण्याशिवाय सीतेपुढे अन्य पर्यायच नव्हता. तिकडे उर्मिलाही पती लक्ष्मणाच्या वियोगात होती. पतिवियोगाचं दुःख सहन करणाऱ्या उर्मिलेची सीतेला सतत आठवण येत असे.

'उर्मिला, तिकडे अयोद्धेत तू दुःख कसं सहन करत असशील? प्रिय भगिनी, तू का राहिलीस अयोध्येत? त्या अंतःपुराविषयी तुला इतका कळवळा व प्रेम का?' सीतेला तीव्र दुःख होत असे.

शेवटी रावणाचा वध झाला; पण सीतेलाही अग्निपरीक्षा द्यावी लागली.

अयोध्यानगरी आपल्या आगमनासाठी, आपल्या स्वागतासाठी उत्सुक आहे, असं रामाने जेव्हा सीतेला सांगितलं तेव्हा सीतेच्या मनात 'मी उर्मिलेला कधी एकदा भेटेन' ही भावना दाटून आली होती.

सीता विचार करत होती, 'उर्मिला आता खूप आनंदात असेल. कदाचित ती तिचं भवन प्रेमाने सजवत असेल. लक्ष्मण भेटणार म्हणून नवी, उंची वस्त्रं आणि दागदागिने लेवून ती तयार असेल. अंतःपुरात पोहोचल्यावर तिन्ही सासूंना भेटून, त्यांना प्रणाम करून मी लगेच उर्मिलेला भेटायला जाईन. लक्ष्मणाला सोबत न्यायला हवं आणि त्याला आता उर्मिलेच्या स्वाधीन करायला हवं. मला ते दोघे भेटल्यावर त्या दोघांच्या चेहऱ्यावरचा आनंद पाहायचा आहे. माझ्यामुळे भलेही काही वेळ त्यांच्या एकान्तात व्यत्यय येईल; परंतु मी आधी उर्मिलेला भेटेन. मगच आमच्या भवनात जाईन.' सीतेच्या मनात कल्पना रंगत होती आणि त्याने ती आनंदित होत होती. हे पाहून राम म्हणाला, "सीते, अत्यानंदाने तुझा चेहरा प्रफुल्लित झालाय. तू सुंदर दिसत आहेस."

"उर्मिलेला किती आनंद होईल ना! मी तर या कल्पनेनेच खूप सुखावले आहे." सीता अतिशय आनंदाने म्हणाली.

सीतेच्या या आनंदात रामही सहभागी झाला. राम-सीता लक्ष्मणाकडे बघून स्मित करू लागले. 'लक्ष्मणाने माझ्यासाठी चौदा वर्षं आपल्या पत्नीचा वियोग सहन केला' या विचाराने रामाची छाती अभिमानाने भरून आली. भावाला प्रेमाने जवळ घेऊन त्याने आलिंगन दिले.

ज्येष्ठ बंधुने दाखवलेल्या या प्रेमामुळे लक्ष्मणाचा ऊर भरून आला. आता अयोध्यानगरी जवळ येऊ लागली. ती जशी जवळ येऊ लागली तशी तिघांचीही हृदयं भरून येऊ लागली... जणू पौर्णिमेच्या रात्री लाटांनी समुद्राला भरती यावी!

मनात अनेक विचार रुंजी घालत होते, असंख्य आठवणी होत्या. या साऱ्यांनी ओतप्रोत भरून ते राजभवनात पोहोचले; परंतु सीतेची गळाभेट घ्यायला उर्मिला काही बाहेर दिसलीच नाही.

त्यात कहर म्हणजे ही व्यथित करणारी बातमी कानी आली - उर्मिलेने स्वतःला चौदा वर्षे अज्ञातवासाची शिक्षा दिली आहे.

उर्मिलेचं भवन बाहेरून सुंदररित्या सजवलं होतं. परंतु तिच्या कक्षातील दरवाजे बंद होते. चारुमतीने हलकेच दरवाजावर टकटक केली.

''देवी, आपली भगिनी – सीतादेवी आपल्याला भेटायला आल्या आहेत.'' चारुमती म्हणाली.

'कशी असेल उर्मिला? ती काय म्हणेल भेटल्यावर? ती मला काय काय विचारेल? त्यावर मी काय उत्तर देऊ?' सीतेच्या मनात असंख्य प्रश्न होते; पण दरवाजा अजून बंदच होता.

''उर्मिला, मी तुझी मोठी बहीण आहे. सगळा वृत्तान्त तुला सांगायचा आहे. कृपया, आम्हाला क्षमा कर. दरवाजा उघड.''

उर्मिलेच्या कक्षाचा दरवाजा उघडला.

समोर उर्मिला उभी होती. तिला पाहून सीता आश्चर्याने अवाक् झाली. ही ती उर्मिला नव्हतीच, जिला सीता ओळखत होती. पूर्वी उर्मिलेच्या डोळ्यांत एक भाबडा भाव होता, काहीसा राजेशाही थाटही होता. उर्मिलेच्या चालीत राजेशाही डौल जाणवायचा; परंतु आता त्याच डोळ्यांमध्ये या अग्निज्वाळा कसल्या? आता चालण्यात इतका ठामपणा, गंभीरता! आणि चेहऱ्यावरती इतकं तेज कसलं? सीता आता कुठे भानावर येऊ लागली, तेव्हा उर्मिलेने पुढे येऊन तिला प्रणाम केला आणि आसनावर बसवलं.

''उर्मिला... अगं, गेल्या चौदा वर्षांपासून तुझ्याविषयीच विचार करते आहे मी. तुझा विचार आला की फक्त दुःख व्हायचं मनाला.'' सीतेचे डोळे वाहू लागले.

''उर्मिला, तुझ्या मनात आमच्याविषयी संतापाची भावना असेल कदाचित!'' सीता म्हणाली.

हे ऐकून उर्मिला हसली. तिच्या हसण्यात एकाच वेळी प्रेम आणि होतं आणि गांभीर्यही.

''नाही. माझा कोणावरच राग नाही.''

''हो ना? मग तू सगळ्यांपासून अशी दूर का आहेस? जर तुझ्या मनात कोणाविषयीच राग नाही, तर स्वतःला तू कक्षात बंदिस्त का करून घेतलं आहेस? उर्मिला, तू हवं तर रागाव आमच्यावर. पण अशी

सगळ्यांपासून फटकून राहू नकोस गं. आधी मला हे तर कळू दे की, तू
असं जीवन का जगत आहेस? नेमक्या कोणत्या कारणापोटी तू असा
निश्चय केला आहेस?''

उर्मिला मंद हसत म्हणाली, ''तुला नाही तर मग कोणाला सांगणार
मी? खरं तर तूच मला समजून घेऊ शकतेस. आजवर मी म्हणूनच मौन
बाळगलं होतं.''

आता सीतेची उत्कंठा वाढली.

''मी हे दरवाजे बंद केले. कारण माझ्या मनात तीव्र संताप होता.
लक्ष्मण – माझे पती हे त्यांच्या भावाला सर्वस्व मानून निघून गेले खरे;
पण हा निर्णय घेताना ते माझ्याशी एक शब्दही बोलले नाहीत. माझं मत
काय आहे हे त्यांनी जाणून घ्यायचा प्रयत्नच केला नाही. खरं तर पती या
नात्याने ते माझ्याशी बांधील होते. पण त्या वेळी त्यांनी यावर विचारच
केला नाही. खरं तर त्या दिवशी मी तीव्र संतापले होते. अंतःपुरातील
सर्व काही मोडून-तोडून उद्ध्वस्त करून टाकावं असंच मला वाटत होतं.

''सर्वांचं लक्ष केवळ तुमच्यावरच होतं, त्यांना तुमच्याविषयी खूप
वाईट वाटत होतं. माझ्याकडे बघायला कोणाला उसंतच नव्हती. मी
असहाय झाले होते आणि म्हणूनच संतापलेही होते. मला कोणालाच
भेटण्याची इच्छा नव्हती. म्हणूनच मी कुणालाच सहयोग न करण्याचा
मार्ग निवडला.''

उर्मिलेचं रूप त्या वेळी कसं असेल, याची कल्पना करण्याचा सीता
प्रयत्न करू लागली.

''सुरुवातीला माझ्या मनात तीव्र राग होता. पण नंतर मला हळूहळू
एक सत्य जाणवू लागलं. या सत्याचं मी मनोमन आकलन करून घेऊ
लागले. मी स्वतःच्या रागाकडे पाहू लागले – मुळात मला इतका संताप
का आलाय? स्वतःला आणि समोर दिसेल त्या सगळ्याला आग लावून
भस्मसात करावं असा राग माझ्या मनात धगधगत होता. मी विचार करू
लागले की, मी इतकी दुःखी का आहे? या दुःखामागचं खरं कारण मला
माहीत होतं. परंतु त्या कारणाच्या मुळाशी जाण्याची इच्छा अनायसे
मनात निर्माण झाली. राग–संताप म्हणजे नेमकं काय, दुःखाचं कारण काय
आहे? आनंदाचं कारण काय आहे? माझं शरीर आणि आनंद–दुःखाचे

हे भावनावेग यांच्यात काय परस्परसंबंध आहे? असे अनेक प्रश्न मनात निर्माण झाले... त्या प्रश्नांनी मी अंतर्मुख झाले. मी माझ्या देहाकडे पाहू लागले; मनातले विचार आणि विचारांमुळे निर्माण होणाऱ्या आवेगांची अनुभूती मी घेऊ लागले. या ध्यानानुभूतीत अल्पसा खंड पडला, तरी माझं मन अशांत व्हायचं. म्हणूनच मी एकान्त स्वीकारला. एकटेपणा नव्हे बरं; तर असा एकान्त जिथे स्व-संवाद साधता येईल.

''तो आत्मसंवाद माझ्या प्रत्येक नातेवाइकाला माझ्यासमोर उभं करत होता. आमच्यातील सहसंबंधांचं विश्लेषण करत होता. आपले पिता, तू, पती लक्ष्मण, राम, कौसल्या माता अशा सगळ्यांशी माझा काय संबंध आहे, त्याचा काय अर्थ आहे हे समजून घेण्यासाठी मी प्रत्येक संबंध माझ्याच मनात उलगडत गेले आणि समजून घेत गेले.

''तू माझी मोठी बहीण... मी तुझ्यावर खूप प्रेम केलं; पण तू तर तुझ्या पतीबरोबर निघून गेलीस. या घटनेमुळे आपल्या दोघींच्या परस्पर-संबंधात नेमकं काय परिवर्तन घडलं, का घडलं? आधी जिथे प्रेम होतं, त्याची जागा आता रागाने, संतापाने का घेतली आणि यामागची रसायनांची क्रिया काय आहे? याचं मूळ कुठे आहे?

''मत्सर, द्वेष, प्रेम, आदर या भावनांमध्ये नेमका काय फरक आहे? खरंच फरक आहे की, या एकाच भावनेच्या विभिन्न छटा आहेत? एका सावलीत दुसरा प्रकाश आणि एका प्रकाशात दुसरी सावली खरंच कशी सामावलेली असते? सावली म्हणजे काय आणि प्रकाश म्हणजे काय?

''मनातल्या प्रत्येक प्रश्नाशी माझा संघर्ष सुरू होता. हा संघर्ष करताना एखाद्या युद्धाला सज्ज असल्याप्रमाणे माझ्या मनात युद्धाला तयार व्हावं, असा उत्साह जागृत होऊ लागला. मी असं ऐकलंय की, ही चौदा वर्षं आपले पती राक्षसांचा नाश करण्यासाठी त्यांच्याशी युद्ध करत होते. मला माहिती नाही, की त्यामुळे शांती प्रस्थापित झाली की होईल. परंतु मी याप्रश्नांशी जे युद्ध केलं, त्या युद्धामुळे माझं मन शांत झालं आणि मला खूप आनंद मिळाला.''

उर्मिलेच्या चेहऱ्यावर विलक्षण शांतता विलसत होती. सीता आश्चर्यचकित होऊन उर्मिलेकडे बघत होती. आश्चर्यभावाने उर्मिलेचं मनोगत ऐकत होती. सीता आता त्या युद्धाची कल्पना करू लागली, जे

उर्मिला चौदा वर्षं लढत होती. पण या वेळी सीतेच्या मनात लक्ष्मणाविषयी चिंता दाटली.

"उर्मिला, लक्ष्मणाच्या मनात तुझ्याविषयी प्रेम आहे, उर्मिला त्याच्या मनात... " सीतेचं बोलणं मध्येच तोडत उर्मिला पुढे म्हणाली–

"सीते, आम्हा दोघांचं आता चौदा वर्षांनंतर मीलन होणार आहे. माझ्यात खूपच बदल घडलाय, परिवर्तन घडलंय. ते या परिवर्तनाला किती महत्त्व देतील, त्यावर आमचं भविष्यातील जीवन अवलंबून असेल.

"मनातला राग-द्वेष बाजूला सारून केवळ न्यायासाठी प्रश्न उपस्थित करण्याचा विवेक माझ्यात जागृत झालाय. माझा 'विवेक' ते कितपत समजू शकतील, त्याविषयी त्यांना खरंच आदरभावना असेल का, यावर आमचे भविष्यातील सहसंबंध निर्भर असतील.

"आपले अधिकार न सोडणारे लक्ष्मण माझ्यावरचा अधिकार सोडू शकतील का? खरंच यावर निश्चितपणे काही सांगता येत नाही. पण काहीही होवो, माझी मनःशांती आता भंगणार नाही. आता प्रश्न हा आहे की, माझ्याशी संबंध ठेवणाऱ्या व्यक्तीला त्या शांततेची मनीषा आहे की नाही."

सीता सचिंत दिसत होती. ती चिंता उर्मिलेने अचूकतेने टिपली. आता सीतेला आणखी स्पष्ट करून सांगितलं तर समजेल, असा विचार करून उर्मिलेने तिला पुन्हा सांगायला सुरुवात केली,

"माझ्या जवळच्या लोकांशी माझे जे संबंध आहेत, त्याबाबत मला काय अधिकार आहेत हे जेव्हा मला जाणवलं, तेव्हा सर्व काही उमजल्याचं मला जाणवलं. मला हे कळालं की, सर्व दुःखांच्या मुळाशी अधिकाराचीच भावना असते. आणखी एक विलक्षण गोष्ट माझ्या लक्षात आली. ती म्हणजे – हा अधिकार आपण मिळवायचा असतो आणि त्याचा त्यागही करायचा असतो. मी ना कोणाच्या अधिकारासमोर झुकेन; ना कोणावर अधिकार गाजवून त्याला बंधनात अडकवेन. या अवस्थेत मला जणू मुक्त-विमुक्त झाल्यासारखं वाटतं. मग अशा अवस्थेत आहे आनंद आणि फक्त आनंद! अशा अवस्थेत विलक्षण शांती अनुभवता येते, प्रेमभावाने हृदय भरून जातं, सर्वांप्रति सह-अनुभूतीची भावना जागृत होते.

''माणसं या अधिकार गाजवण्याच्या चक्रात अडकतात. यातून मुक्त होण्याचा मार्ग न मिळाल्याने अशांतीने, दुःखाने आणि द्वेषाने ती उद्ध्वस्त होतात.

''शांतीप्राप्तीचं हे रहस्य सर्वांना सांगावं, असं मला वाटलं. पण हे समजून कोण घेणार असं मला वाटलं.

''मी चौदा वर्षं सत्यशोधार्थ कठोर तपश्चर्या केली. पण लोक त्या तपश्चर्येला निद्रा समजतात. आता अशांना मी काय म्हणतेय ते कसं बरं समजू शकेल?

''लोक म्हणतात की, मी निद्रिस्त होते. पण निद्रिस्त असणं आणि जागृत होणं यांतला फरक यांना कसा बरं समजणार? मला प्रश्न पडतो की, हे लोक कधी शांतपणे निद्राधीन झाले असतील? कधी प्रसन्न मनाने झोपेतून जागले असतील? माझ्या तपश्चर्येला ते 'झोप' म्हणतात आणि मी जे सांगते ते ऐकून त्यांना वाटतं की मी वेडी झाली आहे!''

''नाही उर्मिला. तुझ्यातला विवेक मला तुझ्या बोलण्यातून जाणवतो आहे. तू खरंच कठोर तपश्चर्या केली आहेस.''

''माझी खरी अवस्था तुला समजेल, असं मला वाटलंच होतं. म्हणून तर आज मी मौन सोडलं. पण जर तुझ्या आयुष्यात माझ्यासारखी सत्त्वपरीक्षेची वेळ कधी आलीच, तर तू दृढ राहा, ठाम उभी राहा. सर्वसामान्य स्त्रीसारखा द्वेष आणि रागराग करून, इतर लोक काय म्हणतील याचा विचार न करता आधी स्व-रक्षण करण्याचा प्रयत्न कर. तुझ्यावर केवळ तुझाच अधिकार असू दे आणि तूदेखील कधी इतरांवर अधिकार गाजवू नकोस. तरच तू 'तू' राहशील. तू स्वतःची होशील. माझ्यावर विश्वास ठेव, आपल्या अस्तित्वाचं संरक्षण करणं तितकं सोपं नाही!''

उर्मिला जे काही सांगत होती, ते ऐकून सीतेचं मन शांत झालं. खरं तर उर्मिलेचं चौदा वर्षांतलं आयुष्य एका भेटीत समजून घेणं खूप कठीण आहे, असं तिला वाटलं. तिने दोघींत झालेला संवाद रामालाही सांगितला.

''सीते, हा 'अधिकार' माझ्या भावासाठी त्रासदायक तर नाही ना ठरणार?'' रामाने प्रश्न केला.

''उर्मिलेच्या केवळ एका दर्शनाने सारे कष्ट दूर होतात. खरंच तिचं व्यक्तिमत्त्वच असं आहे,'' सीता म्हणाली. वेळ मिळाला की सीता उर्मिलेची भेट घेत होती. उर्मिला काय सांगत आहे हे ऐकत होती. तिचं हसणं, तिची शांतता, तिच्या मनाची प्रसन्नता या सगळ्यांचा आनंदानुभव घेत होती.

* * *

लक्ष्मण जेव्हा सीतेला एकटं सोडून वनात गेला होता, तेव्हा सीतेला वाटलं की ती जणू एका सागराच्या आत-आत जाते आहे, बुडते आहे. त्यावेळी तिला उर्मिलेची आठवण झाली होती.

'माझ्या आयुष्यात फक्त वियोग-विरह आणि निंदा वाट्याला आली' या विचाराने एकान्तात शोकग्रस्त होतानाही सीतेला उर्मिलेचीच आठवण यायची.

लक्ष्मण रामाबरोबर वनवासात गेला, तेदेखील उर्मिलेला न सांगता!

रामाने लक्ष्मणाला आदेश दिला की, मला वनात नेऊन सोडावं, तेदेखील मला न विचारता!

उर्मिलेनं इतरांशी असहकार पुकारला आणि तपश्चर्या करून ती स्वतःचं रक्षण समर्थपणे करू शकली.

स्वतःचा अधिकार स्वतःच्याच हाती घे. इतरांवर अधिकार गाजवू नकोस. मगच तुझं अस्तित्व कायम राहील. तू 'तू' राहशील. स्वतःचं अस्तित्व तुझ्याकडेच राहू दे. उर्मिलेने ही एकच बाब अनेक प्रकारे अनेक वेळा सांगितली. त्यामुळे उर्मिलेच्या संदर्भात असणारी सीतेच्या मनातली अशांतता कमी झाली.

... आता मी काय करू? असहकार पुकारू? माझा राग कधी शांत होईल? मला सत्य कधी उमजेल? कसं?

माझ्या मनात रामाविषयी असीम प्रेमभावना आहे. रामापासून मी कशी विमुक्त होऊ?

ही नेमकी कोणती परीक्षा आहे? या परीक्षेपुढे अग्निपरीक्षाही फिकी भासत आहे. मला तर युद्धातील सर्व तंत्रं, कौशल्यं माहीत असूनही मी

कधी कोणाशी युद्ध केलं नाही. पण आता तर मला स्वतःशीच युद्ध करावं लागणार आहे.

हे स्वतःशी युद्ध सुरू झालेलं आहे. आता हे किती वर्षं सुरू राहील काय माहीत!

''सीते मी अयोद्धेला जात आहे. रामचंद्र अश्वमेध यज्ञ करत आहेत.'' महर्षी वाल्मिकी म्हणाले. सीतेच्या प्रतिसादाची अगदी काही क्षणांकरिता प्रतिक्षा करून ते निघूनही गेले. सीतेनं लक्षही नाही दिलं. कारण कशाहीकडे लक्ष देण्याच्या मानसिक स्थितीत ती नव्हती.

''माझ्या अनुपस्थितीत राम अश्वमेध यज्ञ कसा करू शकतात? मी तर त्यांच्यासोबत नाहीये! माझ्या स्थानावर ते कोणाला बसवतील?''

सीतेचं मन रागाने धुमसू लागलं.

''तिथे अन्य कोणीही बसेल. तुला काय कायचंय?''

उर्मिला स्मितहास्य करत सीतेजवळ येऊन म्हणाली. जणू उर्मिलेने सीतेच्या मनात डोकावून पाहिलं होतं.

''अगं उर्मिला, तू... '' सीता आश्चर्यचकित झाली होती.

''हो. तू इथे असल्याचं पती लक्ष्मणानी मला सांगितलं. म्हणूनच मी तुला भेटायला आले. अश्वमेध यज्ञाची वार्ता तुला समजेल हे माहीत होतं मला. माझ्या मनात कल्पना तयार झाली की, ही बातमी ऐकल्यावर तुझ्या मनोभूमीत भूकंप येईल. अशा भंग व्हायच्या वेळी तुला सावरायला आले आहे मी.''

सीतेने उर्मिलेला घट्ट मिठी मारली, तिला जवळ बसवून घेतलं. बराच वेळ दोघीही निःशब्द होत्या. पण त्यातही त्या दोन मनांचा संवाद सुरू होता.

''राम स्वतःच अश्वमेध यज्ञ करत आहेत?'' काही वेळानंतर सीतेनं उर्मिलेला विचारलं.

''हो तर. मग कोण करेल? चक्रवर्ती सम्राटच तर करतात ना अश्वमेध?''

"पण माझ्याशिवाय... कसं?"

"सीते, हा प्रश्न रामाच्या मनात येणं अपेक्षित आहे. तुझ्या मनात हा प्रश्न का आला? हा प्रश्न त्याच्या मनात यायला हवा, जो यज्ञ करत आहे. अनावश्यक प्रश्न मनात निर्माण होताच अशांती निर्माण होते. हे तर अविवेकी मनुष्याचं लक्षण आहे." उर्मिला गांभीर्याने बोलत होती. या वेळी ती जणू सीतेपेक्षा वयाने मोठी असल्यासारखी भासत होती.

"उर्मिला, मग रामासोबत यज्ञविधीसाठी कोण बसणार आहे, हे तुला माहीत आहे का?"

"तुझ्या प्रश्नाला उत्तर द्यायचं आणि तुझ्या मनात भडकलेला राग अधिक भडकू द्यायचा, हा माझा इथे येण्याचा उद्देश मुळीच नाही सीते. निरर्थक प्रश्न मनात आणून त्रस्त होऊ नकोस, हेच तुला सांगायला मी आले आहे."

"पण हे सर्व सहन होत नाहीये मला."

"मग नकोच करूस सहन. रामाला तुझ्या मनात प्रवेशच करू देऊ नको. सीते, तुला मुक्त व्हायचं आहे... रामापासून!"

"उर्मिला...!"

सीता हुंदके देऊन रडू लागली.

"मला आणखी किती परीक्षा द्यायच्या आहेत अजून?"

"रामापासून मुक्त होण्यासाठीच तुला प्रत्येक परीक्षा द्यायची आहे. तू स्वतःचं अस्तित्व लक्षात ठेव. संघर्ष कर, युद्ध कर, तप कर. तुझ्या आत डोकावून बघ. या सगळ्याचा अर्थ जोवर तुला गवसत नाही, तोवर अंतरंगात डोकावत राहा."

"हे महाकठीण आहे!" मोठ्या कष्टाने सीता केवळ एवढेच शब्द बोलली.

"प्रयत्न कर. बघ तुला खूप संतुष्टी मिळेल. मी येते." उर्मिला उठली.

"उर्मिले, निघालीस इतक्यात? तू माझ्या पुत्रांविषयी ऐकणार नाहीस? तुला भेटायचं नाहीये त्यांना?"

"तुझी मुलं मला भेटण्याच्या इच्छेने जर माझ्याकडे आली, तर मी नक्कीच भेटेन त्यांना."

उर्मिला आली होती अचानक आणि निघूनही गेली अचानकच. पण सीतेच्या मनातला अग्नि मात्र शांत झाला नाही.

मनाच्या कोपऱ्यात दडून बसलेल्या ठिणग्या आणि शांत वाटणारे निखारे पेटले. या अग्निच्या दाहकतेच्या सुखाचा अनुभव घ्यायला सीता शिकू लागली होती, तेव्हाच तिला सांगितलं होतं की विझणं आवश्यक आहे.

रामावर प्रेम करू की त्याच्यावर रागवू, दोन्हीपैकी कोणती भावना मला सुख देईल हे समजून घेण्याच्या मनःस्थितीत सीता नव्हती, तेव्हा तिचं मन मुळीच स्थिर नव्हतं.

क्रोधाची आग भडकवताना जो त्रास होतो, त्यात सुख शोधणं सोपं नसतं.

रामावर प्रेम करण्यात जे सुख आहे, त्यात जो काही त्रास आहे तो सहन करण्याची शक्तीसुद्धा मोठ्या मुश्किलीनेच मिळते.

पण या दोन्हींच्या पलीकडे जाऊन रामापासून विमुक्त होण्याच्या प्रयत्नांचा सीतेला खूपच त्रास झाला.

सीतेने मात्र या प्रयत्नांची पराकाष्ठा केली, तपश्चर्या केली.

उधाणलेला सागर शांत होईपर्यंत सीता तो सागर घुसळत राहिली.

हळूहळू तिचं मन शांत होऊ लागलं. एका क्षणी ते पूर्णतः शांत झालं.

महर्षी वाल्मिकी अश्वमेध यज्ञ पूर्ण करून परतेपर्यंत सीतेचं मन पूर्णतः निर्मल झालं होतं.

वाल्मिकींची भेट झाली. पण आता सीतेला त्यांच्याकडून हे जाणून घ्यावंसं वाटलं नाही की, यज्ञविधीला रामासोबत कोण बसलं होतं. तिच्या मनात हा विचारही आला नाही.

काही दिवसांनंतर महर्षी वाल्मिकी सीतेकडे एक वार्ता घेऊन आले –

''श्रीरामाने लव आणि कुश या दोन्ही पुत्रांचा स्वीकार केला आहे. तसेच, तो सीतेलाही स्वीकारायला तयार आहे. परंतु सीतेला भर सभेत स्वतःचं पावित्र्य सिद्ध करावं लागेल.''

हे ऐकतानाही सीता शांत होती. तिच्या चेहऱ्यावर हसू होतं.

''हे सगळं मी करणं आवश्यक आहे, असं तुम्हाला खरंच वाटतं का?'' सीतेने केवळ हा एकच प्रश्न विचारला आणि प्रसन्न वदनानं ती निघून गेली... जिथून आली होती तिथे जाण्यासाठी!

# बंधनात अडकलेला राम

रामाचे राजभवन अंधाराने व्यापले होते. तिथे जाऊन दिवा प्रज्वलित करण्याचं धारिष्ट्य कुणीच केलं नव्हतं.

रामाचा एकान्त भंग करण्याचं धारिष्ट्यही कुणातच नव्हतं. ती रात्र आता सरत होती.

रामासोबत आता सीता नव्हती, ती पुन्हा कधीच येणार नव्हती. पण सृष्टी थोडीच विराम घेणार होती? सूर्यनारायण उगवणारच होता, पक्षी किलबिलणार होतेच, फुलं फुलणार होती... सृष्टीचा नियमच आहे हा.

निसर्गाचा-सृष्टीचा नियम कधीच बदलत नाही. जर हे निसर्गनियम बदलले, तर साक्षात प्रलयच येईल.

माणसंच नियम तयार करतात आणि त्यात बदलही तीच करतात. बदलांशी जेव्हा जुळवून घेता येत नाही, तेव्हा ती द्विधावस्थेत अडकतात. मग हळूहळू बदल त्यांच्या अंगवळणी पडतात. मग पुन्हा माणसांच्या मनात 'आता आणखी बदल व्हायला हवेत' अशी आस निर्माण होते. मानवी धर्म हाच काळाचा धर्म बनतो आणि क्षणाचा धर्म हा मानवी धर्म होतो. संक्रमण काळात जे बदलांना सामोरे जातात, ते अक्षरशः अस्वस्थ होतात.

रामही आता अशाच स्थितीत होता.

आर्यधर्माचं संरक्षण आणि त्याचा प्रचार-प्रसार याची जबाबदारी रामावर लहानपणापासूनच त्याच्या गुरुंनी सोपवली होती.

साम्राज्य, शासन-प्रशासन, राजकर्तव्यं आणि क्षात्रधर्म अशा सर्व विषयांत गुरुंनी रामाला प्रवीण केलं होतं.

आजवर शिकलेलं, अवगत केलेलं ते सगळं आता रामाच्या कंठातून हृदयात पाझरत होतं. जणू ते विषसमान होतं.

महादेवाने कंठात विष धारण केलं होतं. त्यामुळे विश्वाचं कल्याण झालं होतं, असं म्हणतात.

आता रामाने विष कंठी धारण करायला हवं, तरच विश्वाचं कल्याण होईल, असं गुरुजन म्हणत होते.

अखेर रामाने ते प्राशन केलं.

यातना... असह्य त्रास!

एकटेपणा, तीव्र एकाकीपण!

लहानपणी भावंडांसह खेळताना-बागडताना केली असेल तेवढीच काय ती मौज. बाकी निव्वळ यातना...

बालपणीचा काळ सरत गेला, तसं रामाच्या चहू बाजूंनी राजसत्तेचं वर्तुळ गडद होत गेलं.

वर्तमानातला राजपुत्र आणि भावी सम्राट हेच रामाचं अस्तित्व राहिलं होतं. कौटुंबिक जिव्हाळा आणि आपुलकी आता त्याच्यासाठी उरलीच नव्हती.

गुरुंच्या शिकवणीची पकड जसजशी घट्ट होत गेली, तसा राम इतरांपासून दुरावत चालला होता. आता त्याला प्रत्येक वेळी हसताना, चालता-बोलताना मर्यादा येऊ लागल्या. कोणाबरोबर किती वेळ बोलावं यावर बंधनं येऊ लागली. कोणकोणत्या पूजा आणि होम करावेत याचं भान ठेवत त्यांचे विधी-नियम पाळावे लागू लागले. राजधर्म काय आहे, पुत्रकर्तव्यं कोणती आहेत, क्षात्रधर्म काय आहे, आपल्या वंशाचा इतिहास, रघुवंशात कोणकोणत्या महापुरुषांनी जन्म घेतला, त्यांचा उत्तराधिकारी म्हणून आपली कर्तव्यं काय आहेत - अशी सर्व अवधानं-व्यवधानं रामाला लहान वयातच सांभाळावी लागली.

आता ही विशिष्ट शिकवण रामाला हळूहळू एका निश्चित दिशेने पुढे नेत राहिली.

आधी आपल्या प्रिय बंधुच्या खांद्यावर मोकळेपणाने हात ठेवणारा लक्ष्मण आदराने त्याला आता नमस्कार करू लागला. रामाच्या बरोबरीने चालणारा आता त्याच्या मागोमाग चालू लागला.

दरम्यान महर्षी विश्वामित्र आले. त्यांचं येणं हे एखाद्या पवित्र वरदानासारखंच होतं. त्यांनी रामाला आपल्यासोबत वनात येण्यास सांगितले.

आता वनातून चालताना राम आणि लक्ष्मण एकमेकांच्या साथीने हातात हात घेऊन चालू लागले. ते यामुळे खरं तर चकितच झाले होते.

कालांतराने भूमिकन्या सीतेचा रामाशी विवाह झाला.

सीता रामाची सखी झाली, साथीदार झाली. जणू रामाचा एकटेपणा सीतेमुळे नाहीसा झाला.

आपल्या भवनात इतरांच्या आदेशासमोर न झुकता, रामावर प्रेम करू शकेल, त्याच्याशी मैत्र जपू शकेल अशी होती सीता... देवीच जणू.

परंतु लवकरच रामाला असे आदेश मिळू लागले, ज्याविषयी त्याने पत्नीशी चर्चा करता कामा नये.

सीतेलाही काही ठरावीक मर्यादांचं पालन करणं आता बंधनकारक होतं.

अनेक प्रकारचे चढउतार सुरू झाले... परीक्षा सुरू झाल्या...

आता आयुष्याची घडी नीट बसत असल्याचं वाटत असताना, पिता झाल्याचा आनंद आणि अभिमान वाटत असतानाच, रामाला सीतेचा वियोग घडला आणि तोही कायमचा!

गतकाळातील घटना रामाच्या स्मृतीकोशातून वर आल्या आणि त्याचे नेत्र लाल कमलदलांसारखे झाले.

त्याच्या डोळ्यांसमोर आता लक्ष्मण होता.

दोघांनाही परिस्थिती माहीत होती.

वनात सीतेला पोहोचवल्यानंतर लक्ष्मण परतला होता. त्याने आपल्या बंधूने, रामाने दिलेली आज्ञा पाळली होती. त्याचं अंतःकरण जड झालं होतं.

त्या शांत वातावरणात दोघांचेही डोळे वाहत होते.

''बंधू, आपण तर योद्धे आहात. आपण असे अश्रू ढाळणं योग्य नाही.'' लक्ष्मणाचा कंठ दाटून आला होता.

''मला दुःखी होण्याची, ते व्यक्त करण्याचीही परवानगी नाही का लक्ष्मणा? मी बंधनांच्या शृंखलेत बद्ध आहे, हे जाणतो. पण अश्रूंना बांध घालता येत नाही. लोहासम कठीण अशा माझ्या हृदयाला भेदून अश्रू बाहेर येत आहेत.'' रामाचे हे उद्गार ऐकून लक्ष्मणाने मोठ्या बंधूच्या खांद्यावर हात ठेवला आणि दुसऱ्या हाताने त्याचे अश्रू पुसले.

''हे असं सगळं का होतंय?'' लक्ष्मणाच्या बोलण्यात अनावर दुःख होतं.

''मग आणखी वेगळ्या प्रकारे काहीच होऊ शकत नाही. जबाबदारी–अधिकार यांच्या खालीच माझं आयुष्य दबून राहिलं आहे. माता कैकयीलाच धन्यवाद द्यायला हवेत. तिच्यामुळे मी निदान वनवासात तरी सीतेसह स्वेच्छेने जगू शकलो!

''सीतेसह मी जे काही दिवस आनंदात जगलो, ते कैकयी मातेमुळेच! तू कल्पनाही करू शकणार नाहीस लक्ष्मणा की, मला तिच्या ऋणातून मुक्त होणं किती कठीण आहे ते! कैकयी मातेमुळेच या राज्याधिकाराच्या, सिंहासनाच्या जोखडातून माझी सुटका झाली. ज्या दिवशी मला वनवासी होण्याचा आदेश मिळाला, तेव्हाही मी प्रसन्नचित्ताने वनात गेलो होतो. तुला आठवतंय ना लक्ष्मणा?'' दुःखावेगातील लक्ष्मण हे ऐकून चकित झाला.

''बंधू, तुला तर केवळ स्वतःविषयी इतकं दुःख होतंय! सीतामातेला मी आताच तर वनात सोडून आलोय. पण तिची अवस्था काय असेल कोण जाणे!''

''लक्ष्मणा, मी आणि सीता भिन्न नसून एकच आहोत, हे तुम्हा कोणालाच माहीत नाही. मी दुःखी आहे तो दोघांसाठी. सीता कधी संकटग्रस्त होणारी नाही. ती भूमिकन्या असल्याने सक्षम आहे. चांगल्या पुत्रांना जन्म देण्यात आणि त्यांना लहानाचं मोठं करण्यात ती संतुष्ट होईल. पण मी तितका सक्षम, समर्थ नाही. पुरुषोत्तम असणं ही माझी असमर्थताच आहे. राजसत्तेचे अधिकार मिळाल्यामुळे मी माझे वैयक्तिक अधिकार मात्र गमावून बसलो आहे. मी माझ्या पत्नीला, सीतेला गमावलंय. माझ्या

पुत्रांचा वियोग मी सहन करतोय.'' रामाचं हे दुःख सहन करण्याची लक्ष्मणाची मुळीच क्षमता नव्हती.

राजसत्तेच्या अधिकारांचा त्याग करणं हे काही रामाच्या हाती नव्हतं.

साम्राज्याचा त्याग करणंही रामाच्या इच्छेवर अवलंबून नव्हतं.

राम अगदी निःसंकोचपणे राज्याभिषेकासाठी तयार झाला होता, तेव्हा राज्याभिषेकाचा अधिकारही रामाला मिळाला नाही. राज्याभिषेकापासून आपण दूर राहावं यासाठी कारस्थान करणाऱ्या व्यक्ती कोण आहेत, हे जाणून घेण्याइतका वेळही त्याला मिळाला नाही. पित्याची आज्ञा पाळणं ही आर्यधर्माची एक प्रमुख शिकवण होती. वडिलांची आज्ञा पाळणं हे पुत्राचं एक कर्तव्यच होतं. या आज्ञापालनाची संधी मिळाल्याबद्दल राम खूप संतुष्ट होता. वनात जाण्यापूर्वी महर्षी वसिष्ठांनी रामाला सांगितलं होतं, ''रामा, तू साक्षात रघुवंशाचा उत्तराधिकारी आहेस. हे साम्राज्य त्यागून तू वनात निघाला आहेस. पण तू राजधर्म–क्षात्रधर्म यांचा त्याग करणं यात अभिप्रेत नाही. सीता-स्वयंवरावेळी परशुरामाला तू जे वचन दिलं होतंस, त्याचं स्मरण ठेव. संपूर्ण दक्षिणेत आर्यधर्माचा विस्तार कर. संपूर्ण भूतलावर आर्यसाम्राज्य प्रस्थापित व्हायला हवं.''

रामाला सर्व काही स्मरण झाले.

स्वयंवराच्या वेळी रामाने क्षत्रिय संहारक परशुरामाशी जणू हा करारच केला होता. त्याला ते वचन आठवलं.

स्वयंवराच्या वेळी रौद्र रूप धारण करून परशुराम तिथं आला होता. राम त्यावेळी सीतेतच हरवून गेला होता. त्याच्या मुखात फक्त सीतेचीच विभिन्न नावं होती – सीता, जानकी, वैदेही, मैथिली... एकेक नाव आठवताना रामाला आनंदाचं उधाण येत होतं. पडद्याआडून मधेच सीतेचं अस्पष्ट दर्शन व्हायचं, तेव्हा राम अगदी मोहरून जात होता. आपलं शरीर अगदी पिसासारखं हलकं झाल्याची आनंददायी अनुभूती रामाला होत होती.

रामाने शिवधनुष्याचा भंग केला, सीतेने रामाच्या गळ्यात वरमाला घातली... सगळं काही भारावलेपणात सुरू होतं.

आता अशा वेळी परशुरामाशी संवाद साधण्यासारखी रामाची मन:स्थिती नव्हती. ज्येष्ठ मंडळी रामासमोर उभी होती.

परशुरामाचा पराक्रम आणि त्याची प्रतिज्ञा तर सर्वज्ञात होती – ''या भूतलावर एकही क्षत्रिय मी जिवंत राहू देणार नाही.''

सर्व महान संत, ब्रह्मर्षी आणि राजर्षी यांची परशुरामाशी सामोपचाराने चर्चा सुरू होती. त्यात त्यांनी रामालासुद्धा बोलावलं होतं.

''दक्षिणेत आर्यधर्माची प्रस्थापना करण्याचं रामाने मला वचन दिलं, तर आणि तरच त्याचा सीतेशी विवाह मी संपन्न होऊ देईन.'' परशुराम कशाचीही पर्वा न करता अगदी स्पष्टपणे म्हणाला.

''होय, मी आर्यधर्म जाणतो. वसिष्ठांसारख्या ऋषींनी मला याबाबत प्रशिक्षण दिलं आहे. आमच्या राज्यात आर्यधर्माचं आम्ही पालनही करतो.'' अत्यंत नम्रपणे राम म्हणाला.

''हो, पण आता हा आर्यधर्म अधिक कडकपणे, विस्ताराने आणि झोकून देऊन सर्वत्र पाळला गेला पाहिजे!'' रामाच्या बोलण्याचा परशुरामाला येऊ शकणारा संभाव्य राग लक्षात घेऊन राजा दशरथ म्हणाला. जणू त्याने रामाच्या वतीने वचनच दिले.

राम काही बोलणार होता इतक्यात त्याचं बोलणं मध्येच तोडत परशुराम म्हणाला, ''पित्याच्या आज्ञेचं सक्त पालन करणं आर्यधर्मात सर्वाधिक महत्त्वाचं मानण्यात आलं आहे. या आज्ञेचं आधी पालन कर.''

सर्व उपस्थित शांत होते.

परशुरामाला शाश्वती मिळाली आणि राम–सीतेचा विवाह कोणत्याही अडथळ्याविना संपन्न झाला.

राम आता सलग चौदा वर्षांसाठी वनवास भोगणार होता. त्यामुळे ऋषी वसिष्ठ यांनी रामाला पुन्हा एकदा या सगळ्याची आठवण करून दिली.

रामाच्या मनात वनवासातल्या आठवणींचा मोरपिसारा फुलला होता. वनवासातली पहिली तेरा वर्षे त्याच्या जीवनातील सर्वांगसुंदर दिवस

होते... ते होते सीतेसह व्यतीत केलेले प्रेममय दिवस. वाहत्या नद्यांवरची थंड झुळूक, वनातली तनमन फुलवणारी सुगंधी हवा, नानाविध प्रकारच्या पक्ष्यांच्या किलबिलाटात सीतेच्या प्रेमात हरवून गेल्याचे ते दिवस. त्या दिवसांत रामाने सीतेला नजरेतच बद्ध केलं होतं. सीतेच्या मांडीवर विसावून प्रणयानंदाची अनुभूती घेण्याचे ते दिवस होते. वनवासात असतानाही अनार्यांचा बिमोड करणं, मुनींच्या सहकार्याने आर्यधर्माचा प्रचार-प्रसार करणं, याशिवाय काही काम नसे. दररोजचे राजसत्तेचे आदेश आणि जबाबदारीचं जोखड यांपासून मुक्त राहण्याचे ते दिवस... एकमेकांच्या प्रेमात हरवण्याचे दिवस. चंद्र, लुकलुकणारे तारे, उमललेली फुलं, वाहणारे वारे... भवतालातली प्रत्येक घटना जणू काही राम-सीता यांच्यासाठीच घडत होती. ते स्नानासाठी जात तेव्हा नदीचं पाणीही चैतन्यानं उसळे. ते अरण्य, तिथला परिसर एकमेकांवर जिवापाड प्रेम करण्यासाठी त्यांना प्रेरित करत होता.

त्या मुक्त, स्वच्छंद वर्षांमध्येही अयोध्या नगरीतून अधेमधे आदेश यायचे. आर्यांच्या साम्राज्य-विस्ताराचे, सुग्रीवाशी सख्य करण्याचे, रावणाशी शत्रूत्व करायलाच हवे यांविषयीचे आदेश. राम जणू रावणाविरूद्ध उभा राहण्याची संधीच शोधत होता. शूर्पणखा त्या संधीच्या रूपातच आली. खरं तर त्या दिवशी रामाने राजधर्म पाळला होता. ज्याच्यावर जय मिळवायचा आहे, त्याला युद्धासाठी आव्हान देणं हा आर्यांचा राजधर्मच होता. शूर्पणखा म्हणजे हे आव्हान देता यावं यासाठीची नामी संधी होती. रामाला तसा राज्य चालवण्याचा अनुभव नव्हता. त्यामुळे त्यानं युक्ती लढवली की, बहिणीचा अवमान केल्यास रावणाला चुचकारता येईल, त्याला आव्हान देता येईल.

रावण मात्र अत्यंत अनुभवी होता. राजकारण, युद्धतंत्रं यांत तो प्रवीण होता. केवळ युद्धासाठी समुद्र पार करून परभूमीत यावं, इतका तो मुळीच भाबडा नव्हता. सीता जणू रामाच्या डोळ्यांतली बाहुलीच होती. अशा सीतेचं अपहरण करण्याचं धारिष्ट्य रावणाला करावंसं वाटलं. कारण त्याला वाटलं की, जिथे कोणाचीही मदत मिळणार नाही अशा ठिकाणी समुद्र पार करून परक्या भूमीत युद्धासाठी राम येणार नाही. पण सीतेसाठी एकच नाही, तर सप्त सागरही पार करायची रामाची तयारी

होती, यापासून मात्र रावण अनभिज्ञ होता. रावणाला रामाच्या सामर्थ्याची बहुदा कल्पनाच नसावी.

रावणाला याची कल्पना होती अथवा नव्हती – काहीही असो; पण त्याला याची किंमत मात्र चुकवावीच लागली. परंतु रामाकडून रावणाचा वध होण्याआधीही अयोध्येत या गोष्टीची चर्चा सुरू होती की, इतके दिवस लंकेत राहिलेल्या सीतेला पुन्हा अयोद्धेत आणणं हे आर्यधर्मानुसार योग्य आहे का?

सीतेशिवाय अयोद्धेला परतण्याची राम कल्पनाही करू शकत नव्हता. केवळ आर्य साम्राज्याचे सामर्थ्य सिद्ध करण्यासाठी त्याने हे युद्ध केलं नव्हतं; तर सीतेला मुक्त करणं हादेखील त्याचा युद्धामागील उद्देश होता. अर्थात हे अन्य कोणाला पटलं नाही, तरी सीतेला नक्कीच पटेल असं त्याला वाटलं होतं.

परंतु सीतेला अयोध्येला नेऊन तिथे सर्वांसमक्ष तिचा अवमान करणं योग्य होतं का?

प्रजाजन जे बोलतील ते सगळं ऐकत उभं राहणं सीतेसाठी सक्तीचं आहे का?

सीतेला आपलं पावित्र्य अयोद्धावासियांसमोर सिद्ध करणं सहन होईल?

पण आपलं पावित्र्य सिद्ध केल्याशिवाय अंतःपुरातील लोक सीतेला सन्मानासह आणि आपलेपणासह स्वीकारणार नाहीत, हे रामाला नक्कीच माहीत होतं.

रामाला या सगळ्याची पूर्वकल्पना होती. त्यामुळे सर्व समस्यांचं निराकरण लंकेतच होऊ द्यावं, असं त्याला वाटलं.

अग्निपरीक्षा – रामाच्या सीतेची सत्त्वपरीक्षा!

केवळ आणि केवळ रामासाठीच त्या स्वाभिमानी स्त्रीने या अग्निदिव्यातून जाणं स्वीकारलं.

आता तिला लज्जित केल्याबद्दल तिच्या पायावर डोकं टेकवावं आणि तिची क्षमा मागावी... हाच एकमेव उपाय आहे, असं रामाला मनापासून वाटलं.

परंतु सीतेला रामाची स्थिती समजत होती. तिनं निश्चय केला रामाचं रक्षण करण्याचा, रामाच्या ऐहिक आणि राजेशाही कर्तव्यांचे रक्षण करण्याचा! कोणत्याही परिस्थितीत मी तुमच्यासोबत आहे, हे दाखवून ती रामाला आश्वस्त करू इच्छित होती.

तिच्या दोन्ही डोळ्यांत अश्रूंचा सागर होता... ती अपमानाची, दुःखाची आसवं होती. जणू काठोकाठ भरलेल्या कलशातलं पाणी जराही न सांडू दिल्याप्रमाणे सीतेने ते अश्रू आपल्या नेत्रांतच रोखले. मनातला ज्वालामुखी शांत करत सीता तिथून निघून गेली.

'सीते, मला मुळीच क्षमा करू नकोस... ' रामाच्या मनातले हे शब्द मनातच विरले. सीतेच्या ओठांच्या हळूवार स्पर्शाने ते शब्द बाहेर आलेच नाहीत. राम काही बोलूच शकला नाही.

राम अगदी भाबडेपणाने विचार करू लागला की, सगळं काही आता आलबेल होत आहे.

पण सीतेच्या डोळ्यांत दुःखाची छटा आधीच पसरली होती. रामाला माहीत होतं की, केवळ त्याच्यासाठी, त्याचं रक्षण करण्यासाठीच सीता घायाळ झाली आहे. त्याच्या मनात आलं की, सीतेच्या मनावरचे हे घाव आपल्या प्रेमाने आणि काळाच्या आश्चर्यजनक शक्तीने शक्कीच भरून निघतील. पण आज तीच जखम अधिक खोलवर करून, सीतेला वनात पाठवण्यात आलं, तिला अपमानित करण्यात आलं.

सीतेच्या हृदयातून अपमानाचं रक्त निरंतर वाहत राहिलं.

आता ती जखम कधीच भरून निघणार नाही.

दररोज ती जखम ठसठसत राहील.

राम-सीतेच्या प्रेमाला राजसिंहासनाने केलेली जखम होती ती.

सीता रामाशी बांधील होती; पण राम तिचा त्याग करू शकत होता.

पण हो, राम राजसिंहासनाचा त्याग मुळीच करू शकत नव्हता. कारण ते सिंहासन थेट रघुवंशाशी बांधील होतं.

राजवंश! या परंपरेनुसार ज्येष्ठ राजपुत्राला राजनैतिक अधिकार प्राप्त व्हायचे. या परंपरेचं जतन करणं हाच त्याच्यासाठी धर्म असायचा.

आर्यधर्माचं रक्षण करण्याच्या जबाबदारीच्या ओझ्याखाली राम इतका दबला होता की, जीवनातला सारा आनंदच तो गमावून बसला होता.

मुक्ती रामासाठी शक्यच नव्हती.

रामाने दुःखातिरेकाने विलाप केला.

⚘

वनातून आलेले दोन मुनीबालक रामगाथेचं गायन करतात, हे लक्ष्मणाला समजलं. त्यांना रामासमोर आणावं असं लक्ष्मणाला वाटलं.

पण रामाची भेट होणं हे लक्ष्मणासाठीही आता दुर्मीळ झालं होतं.

राम आता सम्राट झाला होता. तो आता सिंहासनाधिपती होता. रामाने आता राजमुकुट धारण केला होता.

राजसिंहासन आणि राजमुकुट यांतच व्यग्र झालेल्या रामाकडे अन्य कोणत्याही गोष्टींकडे बघायला वेळ नव्हता. अन्य कोणत्याच बाबीत त्याला रस नव्हता.

माता, बंधू, नातेवाईक – सर्वांसाठीच तो आता सम्राट रामचंद्र होता.

सीतेशी झालेल्या वियोगाचं तीव्र दुःख विसरता यावं यासाठी रामाने यंत्रवत आयुष्य स्वीकारलं होतं की आता आपल्याला सत्ता सांभाळणं अपरिहार्य असल्यानं यंत्रवत आयुष्य जगावंच लागणार आहे व आपल्यातला हा बदल सीतेला सहन होणार नाही म्हणून त्याने सीतेला वनात पाठवलं होतं? लक्ष्मण आणि हनुमान या दोघांच्याही मनात हा प्रश्न सतत यायचा.

श्रीरामानं सस्मित असावं याची ते दोघं वाट पाहायचे. पण त्यांना हे माहीत नव्हतं की, सत्ता–अधिकार आणि वात्सल्ययुक्त हास्य यांत नेहमीच अंतर असतं.

राज्यकारभार चालू ठेवणं तर भाग होतं. त्यासाठी आवश्यकता होती कोणताही मुलाहिजा न बाळगता शस्त्रं उगारण्याची. हेच आता खरं मूल्य होतं.

या मुनी–बालकांना पाहून रामाचं हृदय नक्कीच द्रवेल, असं लक्ष्मणाला वाटलं होतं.

ती बालकं खूपच मोहक होती. त्यांच्या चेहऱ्यात, गायनात आणि प्रत्येक शब्दात विलक्षण गोडवा होता. त्यांचा तो अमृतस्वर रामासाठी एखाद्या औषधीचं काम करेल आणि इतक्या वर्षांत कठोर झालेलं त्याचं हृदय द्रवेल, असा लक्ष्मणाचा मानस होता.

लक्ष्मणाची ही विनंती ऐकताना रामानं मुळीच रस दाखवला नाही.

ही बालकं रामगाथा गाणार? सत्ताधिकारांच्या बेड्यांनी बंदिस्त असलेल्या रामाचं जीवन या कोवळ्या बालकांना कितीसं माहीत असणार? याविषयी काहीच ज्ञात नसताना ते रामगाथा कशी बरं गाऊ शकतील... राम विचार करू लागला.

लहानपणी मी चंद्रासाठी हट्ट केला होता. तेव्हा मला आरशात चंद्र दाखवून माझा हट्ट पुरवला होता. ही बालकं बहुदा त्याविषयीच गाणार असतील.

मी आता राजसिंहासनाशी बांधला गेलोय. मला सीता हवी आहे, असा हट्ट मात्र मी आता करू शकत नाही. ही बालकं याविषयी गातील का?

राम-सीता यांच्या विवाहाचं वर्णन ही बालकं सुंदर शब्दांत करतीलही. पण सीतेच्या विरहात दुःखावेगाने व्यथित झालेल्या रामाच्या मनोवस्थेचं वर्णन त्यांना करता येईल का?

रावणाचा वध करणाऱ्या पराक्रमी रामाचे गोडवे गातील ती बालकं! पण स्वतःच्या हृदयात असलेल्या प्रेमभावनेचाच संहार करणाऱ्या रामाचं गीत ते गाऊ शकतील?

विचारांच्या गर्दीने रामाचा चेहरा निस्तेज झाला. हे पाहून लक्ष्मणाच्या मनातील आशा मावळू लागली.

''बंधू, माझी विनंती एकदाच मान्य करा. तुमच्या भळभळत्या हृदयाला शांत करणारं औषधच असेल ते गायन.''

''हृदय? माझं हृदय? भळभळणारं हृदय?''

''तुमच्या अस्वस्थ, अशांत मनाला त्या अमृतस्वरांनी शांती मिळेल.''

''माझं मन? मला मन आहे? फक्त आणि फक्त आर्यधर्माचं पालन करणाऱ्या माझ्या देहात मन आहेच कुठे?''

"बंधू, माझ्यासाठी... " लक्ष्मणाने रामाला चरणस्पर्श केला.

रामाने होकारदर्शक मान हलवली.

राम आपल्या प्रमुख सेवकांसह राजसभेत बसला होता. लव आणि कुश दोघांनी त्यांच्या जवळ जाऊन त्यांना हात जोडून प्रणाम केला. ज्या क्षणी त्या दोघांना पाहिलं, त्याच क्षणी रामाचं मन विचलित झालं. कारण ती दोन बालकं म्हणजे त्याचीच तर प्रतिबिंबं होती. मुनीच्या वेषात आलेले ते राजकुमारच होते. रामाला सगळं स्पष्टपणे जाणवलं. रामाने दोन्ही बालकांना प्रेमालिंगन दिलं. राजसभेतील इतरांनाही हे स्पष्टपणे जाणवलं. धर्मचर्चेत हा निर्णय घेण्यात आला की, राम आपल्या पुत्रांचा स्वीकार करू शकतो.

'पण सीतेचं काय?'

पुन्हा धर्मचर्चेला सुरुवात झाली.

'सीतेने सभेमध्ये स्वतःचे पावित्र्य सिद्ध करावे. त्यानंतर रामाला सीतेचा स्वीकार करता येईल.'

ही वार्ता घेऊन महर्षी वाल्मिकी वनात जाण्यासाठी निघाले.

पण सीता मुळीच येणार नाही, याची रामाला खात्री होती.

आपल्या प्रिय पुत्रांना पाठवून, त्यांना रामाला मिठीत घेण्याचं सुख देऊन सीतेने रामाला आश्वस्त केलं होतं... नेहमीसारखंच.

सीतेमुळेच रामाच्या कठोर हृदयात पाझर फुटला होता, जणू वठलेल्या वृक्षाला नवांकुर फुटला होता.

पण रामानं मात्र नेहमीप्रमाणे सीतेला अतीव दुःख भोगण्यासाठी एकटं सोडून दिलं. सीतेच्या मनात प्रत्येक वेळी जगण्याची नवउमेद जागृत व्हायची; पण प्रत्येक वेळी राम ती उमेदच नाहीशी करायचा... जणू एखादी नाजूक वेल उंच वाढण्याचा पुनःपुन्हा प्रयत्न करत असावी, पण दर वेळी ती क्रूर जनावरांच्या पायदळी तुडवली जावी.

रामाच्या आयुष्यात सीता कधीच परतणार नव्हती. या पुत्रांना रामाच्या स्वाधीन करून स्वतः विमुक्त होणार होती. परंतु राम मात्र या मुलांना जोवर रघुवंशाचा उत्तराधिकारी बनवणार नव्हता, तोवर मुक्त होऊ शकणार नव्हता.

दोन्ही पुत्रांना रामाकडे सोपवून सीतेने रामाच्या मुक्तीचा मार्ग मोकळा केला. ती नेहमीच रामासाठी आधार ठरली. तिनं सदैव रामाचं रक्षण केलं. परंतु अयोध्येत सगळे रामालाच रक्षक मानतात.

पण हे कोणालाच माहीत नाही की, रामाचं रक्षण करणारीसुद्धा एक स्त्री आहे – सीता.

# परिशिष्ट

## अंतर्दृष्टी, मुलाखती आणि बरंच काही...

फक्त सीताच सीतेला वाचवू शकते
वोल्गा

मुक्तीचा दृष्टिकोन घडवताना...
– टी. विजयकुमार आणि सी. विजयश्री

वोल्गा यांची मुलाखत
टी. विजय कुमार

# फक्त सीताच सीतेला वाचवू शकते

## वोल्गा

या संग्रहातील कथा रामायणाच्या पार्श्वभूमीवर, सीता या पात्राभोवती फिरत राहतात. गेल्या शतकात बहुधा त्रिपुरानेनी रामस्वामी चौधरी यांनी (हिंदू) पुराणांमधील कथांचं पुनर्लेखन करण्याचा हा प्रवाह सुरू केला असावा. ब्राह्मणी वर्चस्वाच्या प्रभावाखाली ब्राह्मणांच्या तक्रारीवरून रामानं शूद्र संन्यासी शंबूक याचा वध केला, ही गोष्ट रामायणात धर्म संरक्षणाची कृती म्हणून सादर करण्यात आली आहे. पण शंबूक वधामध्ये त्रिपुरानेनी यांनी या अन्यायाला वाचा फोडली असून प्रायश्चित्त घेण्याशी जातीचा काय संबंध आहे याचा पुनर्विचार करण्यास ते आपल्याला भाग पाडतात. भूतकालीन धर्म हे आता निरर्थक आणि अन्याय्य बनले आहेत, हे सत्य सांगण्यासाठी अनेक लेखक सातत्यानं पुराणकथांचा पुनर्विचार आणि पुनर्लेखन करत आहेत. या दिशेनं आणखी एक पाऊल टाकून चलम यांनी बुद्धिप्रामाण्यवादी दृष्टिकोनातून पुराणकथांमधील पात्रांची पुनर्रचना केली आहे. सीतेला तिच्यासाठी स्वतःचा विनाश ओढवून घेणारा रावण हा रामाहून खरा प्रेमवीर वाटल्याचं आणि खरं तर ती रावणाच्या चितेत प्रवेश करते, असंही त्यांनी दाखवलं आहे. चलमनी अनेक कथा आणि नाटकं लिहिली. *हरिश्चंद्राची सत्यनिष्ठा*, *प्रल्हादाची विष्णूभक्ती* आणि *कुचेलाची संतती* या संदर्भात त्यांनी विनोदी ढंगानं लेखन केलं. आपण संकुचित मर्यादांवर आणि अहंभावांवर मात केली पाहिजे याविषी जागृती

करण्यासाठी, *पुरुरवा* आणि *शशांक* या नाटकांमध्ये पुराणकथांमधील पात्रांच्या माध्यमातून त्यांनी समकालीन जगाच्या नीतितत्त्वांवर आणि पद्धतींवर टीका केली आहे. *अशोकवनम्* या कथेत अशोकवन जाळून टाकण्याच्या क्रौर्याविषयी कोकु आश्चर्य व्यक्त करतात. *जांबुवंताज ड्रीम* या कथेत त्यांनी जांबुवंत या पात्राला क्रांतिकारक गुणधर्म बहाल केले.

पुराणकथांमधील पात्रांचा वापर करणं ही तेलुगू साहित्यातील प्रस्थापित पद्धती असल्याचं दाखवण्यासाठी एवढी उदाहरणं पुरेशी आहेत असं मला वाटतं. ही पात्रं आधीपासूनच वाचकांना माहिती असल्यामुळे लेखिकेला त्यांची ओळख करून देण्याची गरज उरलेली नाही. त्यामुळे त्या विषयावरच लक्ष केंद्रित करू शकल्या आहेत. इथे दिलेल्या कथांपैकी *पुनर्मीलन* (रियुनियन) ही कथा मी पहिल्यांदा लिहिली. *वॉर अँड पीस* या माझ्या नृत्यनाटिकेतून मला ही कथा लिहिण्याची स्फूर्ती मिळाली. राम आणि रावण यांच्यातील युद्धाचं त्या दोघी कारण नसल्याचं जाहीर करून सीता आणि शूर्पणखा एकत्रितपणे पुढीलप्रमाणे गातात आणि नृत्य करतात :

*आर्य साम्राज्याच्या विस्ताराच्या इच्छेतून,*
*राम-रावण युद्धाची पडली ठिणगी*
*हा आर्य-द्रविड संघर्ष होता,*
*स्त्रिया फक्त बुद्धिबळातील प्यादी.*

सुरुवातीला सीता आणि शूर्पणखा या, आपण शांतिप्रिय असून ग्रामीण जीवनाच्या चाहत्या आहोत, सौंदर्याच्या उपासक आहोत आणि तरीही अपमान, संशय आणि अवमान यांच्यातून आपली सुटका झाली नाही, असं सांगत स्वतंत्रपणे नृत्य करतात. नंतर त्या वर दिलेल्या अर्थाच्या गाण्यावर एकत्रितपणे नृत्य करतात. प्रेक्षकांनी याची खूपच प्रशंसा केली. शूर्पणखेच्या पात्राला खूपच प्रशंसा लाभली. पण तरीही काही शंका होत्याच. पहिली आणि सर्वांत महत्त्वाची शंका ही मुळात नर्तिकांच्याच मनात होती. त्यांना माहिती असलेली शूर्पणखा ही राक्षसी होती. मी चितारलेली शूर्पणखा ही सौंदर्योपासक, मैत्रीपूर्णतेनं वागणारी आणि प्रेमळ

व्यक्ती होती. त्यामुळे अशा प्रकारचं पात्र साकारण्याबाबत नर्तिकांच्या मनात साशंकता होती. 'शूर्पणखा ही द्रविड महिला होती. द्रविडांच्या चालीरिती आणि परंपरा आर्यांच्या चालीरितीहून आणि परंपरांहून भिन्न होत्या आणि पुराणांमध्ये द्रविड लोकांचं रेखाटन राक्षस म्हणून करण्यात आलं आहे,' असं स्पष्ट केल्यानंतरच त्यांची समजूत पटली. त्यानंतर त्यांनी ते पात्र सौंदर्याभिरुचीतून साकारलं. पण दूरदर्शनवर हे नृत्यनाट्य प्रक्षेपित करण्याच्या वेळी अनेक प्रश्न उपस्थित झाले. ते शूर्पणखेकडे राक्षसीखेरीज इतर कोणत्याही दृष्टिकोनातून पाहूच शकत नव्हते. त्यांना सीता आणि द्रौपदी यांचं दुःख, त्यांच्या वेदना समजून घेण्याची सवय होती, पण कोणीही त्यांच्याच शेजारी शूर्पणखेला कसं काय स्थान देऊ शकलं असतं? मुळातच शूर्पणखेनं असं कोणतं दुःख भोगलं होतं? एका अज्ञात पुरुषाविषयी वाटलेल्या विषयवासनेमुळे तिला शिक्षा करण्यात आली होती. याखेरीज तिला आणखी कोणत्या यातना झाल्या होत्या? खरं तर सीता आणि शूर्पणखा या एकमेकींच्या प्रतिस्पर्धी नव्हत्या का? त्या एकमेकींसोबत कशा काय नाचू शकतील? अशा प्रकारचे प्रश्न उपस्थित करण्यात आले आणि दूरदर्शनमधील लोकांचं आमच्या उत्तरांनी समाधान झालं नाही. अखेरीस प्रक्षेपणाआधी त्यांनी शूर्पणखेच्या भूमिकेला कात्री लावली.

त्यावेळी मला शूर्पणखेच्या दुःखावर कथा लिहिली पाहिजे असं वाटलं. सीता आणि शूर्पणखा या दोघी मैत्रिणी का असू शकत नाहीत, याचं मला आश्चर्य वाटलं. यातूनच पुनर्मीलन (रियुनियन) या कथेचा जन्म झाला. या कथेत शूर्पणखेची सखोल अंतर्दृष्टी सीतेच्या लक्षात येते. शूर्पणखेचे अधिकार आणि ते प्राप्त करण्यासाठी तिचा स्वतःशीच सुरू असलेला संघर्ष तिला जाणवतो.

ही कथा लिहिल्यानंतर माझ्या मनात सीता या पात्राविषयी विलक्षण प्रेम दाटून आलं. सीतेनं रामावर इतकं उत्कट प्रेम केलं होतं आणि त्याच्याकडूनही तिला तसंच प्रेम मिळालं होतं. पण त्याच पुरुषाकडून तिला अपमानांना आणि तुच्छतांना तोंड देण्यास भाग पाडण्यात आलं. रामाच्या प्रेमळ मिठीत स्वतःला सुरक्षित समजणाऱ्या, त्याच्या पावलांवर पाऊल टाकून वाटचाल करणाऱ्या सीतेनं त्याच पुरुषाला नाकारलं, अगदी

त्याच्या मुलांचाही त्याग केला आणि ती स्वतःच्या मार्गावरून पुढील वाटचालीसाठी निघून गेली. तिच्या अनुभवांनी तिला त्या दिशेला ढकलून दिलं. पण मला असं वाटलं की, या तिच्या प्रवासात दुसरी एखादी स्त्रीही तिच्या सोबत आली असावी. रामाचा त्याग करण्यासाठी सीतेला नक्कीच स्वतःशी खूप मोठा संघर्ष करावा लागला असणार. तिला फक्त त्याचा संताप आला असता तर तेवढी एकच बाब त्याच्यापासून स्वतःला विभक्त करण्यासाठी तिला पुरेशी वाटली नसती. मनोविश्लेषक असं सांगतात की, संताप आणि तिरस्कार लोकांना एकत्र बांधून ठेवतात. प्रेमापेक्षाही क्रोध आणि द्वेष या भावना लोकांना एकमेकांपासून मुक्त करण्याऐवजी एकमेकांशी बांधून ठेवतात. त्यामुळे सीतेनं रामाला क्रोधामुळे सोडून दिलं नाही. तिने परिपक्व विचारांतून त्याला सोडून दिलं. तिच्या सांसारिक अनुभवातून बहुधा तिच्याकडे ही परिपक्वता आली असावी असं मला वाटलं. तिला बाहेरून मिळालेली ताकद तिने आत्मसात केली असावी. सीतेच्याही आधी जगाकडून, कुटुंबाकडून आणि पतीकडून अपमान, अव्हेर, शाप आणि दुर्लक्ष यांना बळी पडलेल्या स्त्रिया खुद्द रामायणातही आपल्याला आढळतात. माझ्या मनात पहिल्यांदा अहल्या आली. द म्युझिक ऑफ द अर्थ (पृथ्वीचं संगीत) ही कथा अहल्या आणि सीता यांच्या भेटीच्या कल्पनेवर बेतलेली आहे.

रेणुकाला आणि उर्मिलाला जे भोगावं लागलं तेही कमी नव्हतं. त्यांचे अनुभव, ज्ञान आणि विद्वत्ता त्यांनी सीतेला सांगितली असती, तर कदाचित तिला आणखी ताकद मिळाली असती. महिलांमधील असं सहकार्य ही माझी आवडती कल्पना आहे आणि या कथांमागची हीच प्रेरणा आहे. या कथा समकालीन समाजातील स्त्रियांच्या दुःखाचं प्रतिनिधित्व करतात. काही स्त्रिया त्यांना तोंड द्यावं लागत असलेली बंधनं, अपमान आणि हिंसा या गोष्टींवर मात करत असल्या तरीही इतर अनेक जणी या सापळ्यात अडकतात. त्या सुटका करून घेऊ शकत नाहीत आणि त्यांना सुटका करून घेण्याच्या गरजेची जाणीवही नसते. आपल्याला शिवीगाळ करणाऱ्या, आपला अपमान करणाऱ्या पतीपासून आपली मुक्तता करून घेण्याची गरज असल्याविषयी अनभिज्ञ असलेल्या स्त्रिया त्यांचा तिरस्कार करत असल्या तरी आधारासाठी त्यांनाच बिलगून

बसतात. स्त्रियांना त्यांच्यावर तिरस्कारातून केल्या जाणाऱ्या हिंसाचाराची सवय झालेली असते.

या कथा अशा स्त्रियांसाठी आहेत.

रामदासुनी अशा अर्थाचं गाणं म्हटलं आहे की, *हे सीतामाते, मला वाचवण्यासाठी प्रभूची प्रार्थना कर, त्याच्याकडे आर्जव कर*. माझा असा विश्वास आहे की, या कथांमधील सीतेला कोणाकडेही याचना, आर्जवं करण्याची गरज नाही, ती स्वतःच आपल्याला वाचवू शकते.

'आम्हाला कोण वाचवेल?' असं त्यागय्या विचारतात. मला असं वाटतं की, 'आपण स्वतःच' असं या प्रश्नाचं उत्तर देण्यासाठी या कथा आपल्याला आत्मविश्वास मिळवून देतील. या कथांमधून मला पाच प्रिय मैत्रिणी मिळाल्या आहेत. सीता, शूर्पणखा, अहल्या, रेणुका आणि उर्मिला. मला असा आत्मविश्वास वाटतो की, माझ्या या मैत्रिणी माझ्याबरोबरच्या स्त्रियांनाही ताकद, धैर्य आणि शहाणपण, सुजाणपणा देतील.

# मुक्तीचा दृष्टिकोन घडवताना...

**– टी. विजयकुमार आणि सी. विजयश्री**

वोल्गा यांच्या *विमुक्ता* या मूळ तेलुगू पुस्तकाचा *द लिबरेशन ऑफ सीता* या नावानं करण्यात आलेला अनुवाद हा पाच लघुकथांचा संग्रह आहे. या सर्व कथा रामायणावर बेतलेल्या असून सीता हे त्यांच्यातील प्रमुख पात्र आहे. प्रत्येक कथा स्वतंत्र आहे, तरीही एकमेकींशी संलग्न आहे. मुक्तीला गती देणारा एकेक धडा प्रत्येक कथेत सीता शिकते. यातली रोचक बाब म्हणजे ही पात्रं वाल्मिकींच्या रामायणातील गौण पात्रं आहेत. शूर्पणखा, रेणुका, उर्मिला आणि अहल्या ही ती पात्रं होत. ही पात्रं प्रमुख स्थान ग्रहण करतात आणि सीतेला सजग करण्यात प्रमुख भूमिका बजावतात. शीर्षक कथेतून, एक मुक्त व्यक्ती म्हणून सीतेचा झालेला उदय सूचित केला जातो. द शॅकल्ड या अंतिम कथेत आर्य धर्मात कैद झालेला राम दाखवण्यात आला आहे.

'दंतकथांचं पुनरावलोकन' म्हणून पटणारे स्वाध्याय समोर ठेवणं ही गोष्ट वोल्गा या कथांमधून करतात. जवळजवळ चार दशकांपूर्वी ॲड्रिनी रिच यांनी महिलांच्या लेखनाविषयीचं त्यांचं प्रसिद्ध विधान केलं होतं. त्यांनी महिलांच्या लेखनाला 'पुनरावलोकन' असं म्हटलं होतं. रिच यांच्या शब्दांत सांगायचं तर त्यांनी असं म्हटलं होतं की, 'मागे वळून पाहणं, नवीन दृष्टीनं पाहणं, नवीन समीक्षात्मक दिशेतून जुन्या कथेत प्रवेश करणं या गोष्टी आमच्यासाठी (महिलांसाठी) केवळ सांस्कृतिक इतिहासातील

एक प्रकरण एवढ्यापुरत्याच मर्यादित नसतात. ती जगण्याची एक कृती असते'. तेव्हापासून पुनरावलोकन ही बाब लेखिकांच्या अजेन्ड्यावर प्रामुख्यानं असल्याचं दिसतं आणि महिलांच्या लेखनात राजकीय, सामाजिक व धार्मिक अशा सर्व संस्थांच्या समीक्षात्मक पुनरावलोकनाचा समावेश आढळतो. अगदी आकलनाच्या आणि चिंतनाच्या प्रक्रियाही या पुनरावलोकन करणाऱ्यांच्या प्रकल्पांतून सुटलेल्या नाहीत आणि स्त्रीवाद म्हणजे विचारांचा किंवा मतांचा पुनर्विचार असा अर्थ निर्माण झाला. या प्रक्रियेत फक्त मागे वळून पाहण्याची साधी कृती किंवा निव्वळ जगण्याची कृती एवढाच पुनरावलोकनाचा अर्थ उरला नाही. भूतकाळाची सक्रिय पुनर्निर्मिती या कृतीमध्ये तो उत्क्रांत झाला. दुसऱ्या शब्दांत, पुनरावलोकन ही निर्मितीची आणि निर्मितीच्याही पलीकडची कृती बनली.

भूतकाळाच्या या पुनर्निर्माणाचा एक भाग म्हणून जुन्या कथांचं, प्राचीन पुराणकथांचं किंवा दंतकथांचं स्त्रीकेंद्रित दृष्टिकोनातून पुनर्कथन केलं गेलं. महिलांनी सुरुवातीला दंतकथांमध्ये हस्तक्षेप करण्याचा प्रयत्न केला आणि हळूहळू त्यांना हाताळण्याचा आत्मविश्वास प्राप्त केला. पॅट्रिशिया येगर असं दाखवून देते की, 'जुन्या ग्रंथांना महिला मजेत हाताळतात, त्यावेळी परंपरेचं ओझं हलकं होतं आणि बदलतं. त्यात पुनर्निर्मितीची क्षमता असते.' दंतकथांचा हा खेळकर पुनर्शोध भारतीय महिलांच्या लेखनातही ठळकपणे आढळतो. हा प्रवाह सोदाहरण स्पष्ट करणारी काही उदाहरणं म्हणून महाश्वेतादेवींची *दोपदी*, *स्तनदायनी* (बंगाली), यशोधरा मिश्रांची *पुराणकथा* (ओडिया), मुप्पाला रंगनायकम्मांची *रामायण विषवृक्षम्* (तेलुगू), सारा जोसेफ यांची *रामायण कथकल* (मल्याळम) यांच्याकडे पाहता येईल. त्यांच्या पुनर्कथनातून महिला फक्त परंपरांची पकडच मोडून काढत नाहीत, तर परंपरेला तिच्या जड, ठामपणातूनही मुक्त करतात आणि तिला अनेक बदल व पुनर्बदल शक्य असलेल्या मुक्त प्रदेशात आणून सोडतात.

वोल्गा यांची *विमुक्ता* ही फक्त या पुनरावलोकन करणाऱ्या स्त्रीवादी दंतकथानिर्मितीच्या परंपरेशीच संबंधित नाही, तर ती या परंपरेला पुढेही नेते. वोल्गा पुनरावलोकनाचा वापर केवळ दंतकथांमधील मजकुरांमध्ये

खोलवर ठसलेली पितृसत्ताक पद्धती उलथवून टाकण्याची एक व्यूहरचना म्हणून करत नाहीत; तर एकूण, स्वायत्त आणि संपूर्ण मुक्तीचा दृष्टिकोन तावून सुलाखून घडवण्याचं साधन म्हणून त्या पुनरावलोकनाचा वापर करतात. पर्यायी दृष्टिकोनांमधून दंतकथांचं पुनर्सादरीकरण करून आणि युगानुयुगांच्या व पिढ्यान्‌पिढ्यांच्या स्त्रियांचं जाळं निर्माण करून त्या महिलांचा समुदाय उभा करतात. 'मुख्य कथेत' उपेक्षित ठेवण्यात आलेल्या स्त्रियांना कथनांच्या विविध व्यूहरचनांतून आवाज प्राप्त करून देऊन, पात्राची कथा त्याच्या पारंपरिक परिसमाप्तीच्या पलीकडे ताणून, महिलांमध्ये घट्ट बंध निर्माण करतात. स्त्रियांचा असा समुदाय निर्माण करून, तसेच मुक्तीसह अनेक पारंपरिक आकलनांची, ज्ञानांची पुनर्व्याख्या करून त्या हे प्राप्त करतात.

'द रियुनियन' (पुनर्भेट)मधून सीता आणि शूर्पणखा यांच्या वनातील भेटीच्या वेळची कथा सांगितली गेली आहे. रामानं त्याग केलेली सीता वाल्मिकींच्या आश्रमात आश्रय घेते आणि आपल्या मुलांच्या संगोपनासाठी स्वतःला वाहून घेते. ती शूर्पणखेला भेटते. आपल्या अवमानातून आणि विद्रुपीकरणातून बाहेर पडून शूर्पणखेनं एका सुंदर बगीचाची लागवड करून स्वतःसाठी अवर्णनीय आनंदाची निर्मिती केली आहे. शूर्पणखेनं आपल्या क्रोधावर आणि सूडभावनेवर मात केली आहे आणि आता तिला सौंदर्य हा शारीरिक गुणधर्म नसून ते नैसर्गिक सत्य असल्याची जाणीव झाली आहे. निसर्गाचं सौंदर्य प्रतिबिंबित करणारी बाग वाढवण्यातून तिला समाधान लाभलं आहे. कशावरही अवलंबून नसलेल्या आनंदाची अवस्था प्राप्त केल्यामुळे तिच्या विद्वत्तेचा आणि विवेकदृष्टीचा आदर करणाऱ्या सुधीरमध्ये तिला तिचा जिवलग भेटला आहे. सीता ते पाहून आपलं स्वतःचं समाधानही मुलांच्या संगोपनात नाही, तर आत्मशोधात आहे, हे शिकते. ती शूर्पणखेला सांगते की, 'माझी मुलं मला सोडून नगरात गेल्यानंतर मी पृथ्वीमातेची कन्या बनेन. या शीतल वृक्षांखाली विश्रांती घेत माझ्या आयुष्याच्या नवअर्थाची मी निर्मिती करेन.' अशा प्रकारे सीता आणि शूर्पणखा या

पितृसत्ताक पद्धतीच्या बळी म्हणून नव्हे, तर आत्मजाणिवेचा पाठपुरावा करणाऱ्या दोन परिपक्व स्त्रिया म्हणून एकमेकींशी भगिनीभावनेच्या बंधानं जोडल्या जातात.

'द म्युझिक ऑफ अर्थ' (पृथ्वीचे संगीत)मध्ये अहल्येच्या कथेचं पुनर्कथन करण्यात आलं आहे. अहल्येच्या कथेच्या लोकप्रिय चित्रणात अहल्येला महिलांच्या पावित्र्याविषयीच्या पितृसत्ताक निकषांची बळी म्हणून दाखवण्यात आलं आहे. तिच्या सौंदर्यावर लुब्ध झालेला भगवान इंद्र गौतम या अहल्येच्या पतीचं रूप धारण करतो आणि तिचा शीलभंग करतो. हे समजल्यानंतर गौतम ऋषी इंद्राला शाप देतो आणि अहल्येचं शिळेत रूपांतर करतो. त्यानंतर श्रीरामाच्या पवित्र चरणांचा स्पर्श झाल्यानंतर तिचा उद्धार होईल आणि ती पूर्वरूप प्राप्त करेल, असा उ:शाप देऊन तो तिला दिलासा देतो. वोल्गा यांच्या कथेत अहल्या सीतेला वनात भेटते आणि ती सीतेला स्त्रीच्या पावित्र्याच्या लोकप्रिय कल्पनांमधील गुंतागुंतीचं ज्ञान देते. अहल्येच्या मते, स्त्रीकडे निष्ठा, पावित्र्य असणं किंवा नसणं हा यातला मुख्य मुद्दाच नाही; तर स्त्रीच्या पावित्र्याची, निष्ठेची परीक्षा घेण्याचा पुरुषाला असलेला अधिकार हा यातला मुख्य मुद्दा आहे. सीतेला अग्निपरीक्षा द्यायला सांगितलं जाईपर्यंत या युक्तिवादाचा परिणाम सीतेच्या लक्षात आलेला नसतो. तिचं पावित्र्य आणि निष्ठा सिद्ध करण्यासाठी तिला अग्निपरीक्षा देण्यास सांगितलं गेल्यावर तिला अहल्येचे शब्द आठवतात. पण तरीही ती रामाच्या मनात संशय निर्माण झाल्यामुळे त्याने हे तिला करायला सांगितलं नसल्याची खात्री बाळगून अहल्येचे शब्द मनातून झटकून टाकते. मात्र नंतर रामानं सीतेचा त्याग केल्यानंतर वाल्मिकींच्या आश्रमात अहल्या सीतेला भेटते. आता सीता अहल्येच्या मुत्सद्दीपणाची प्रशंसा करण्याच्या स्थितीत असते आणि तिचा सल्ला लक्षपूर्वक, उत्सुकतेनं ऐकते. तो सल्ला असा असतो, 'आधी जे घडून गेलं आहे त्याचा शोक करत बसू नकोस. ते सगळं तुझ्या भल्यासाठीच घडून आलं आहे आणि तो आत्मजाणिवेच्या प्रक्रियेचाच एक भाग आहे. आनंदी राहा. निसर्गाचं आणि जीवनाच्या उत्क्रांतीचं निरीक्षण कर. जीवनातील सातत्यपूर्ण बदल लक्षात घे... तू या संपूर्ण जगाची आहेस, फक्त एकट्या रामाची नाहीस.'

आपल्या पित्याच्या आज्ञेचं पालन करण्यासाठी परशुराम आपल्या आईचा शिरच्छेद करतो. त्याची ही आई आणि जमदग्नी ऋषीची पत्नी रेणुका ही 'द सँड पॉट' (वाळूचा घडा) या कथेतील प्रवक्ती आहे. विवाहित स्त्रीचं पातिव्रत्य किंवा पावित्र्य अगर निष्ठा या गोष्टी वाळूच्या घड्याइतक्या नाजूक असल्याचं ती सीतेला सांगते. एका गंधर्वाविषयी क्षणभर वाटलेल्या आसक्तीच्या भावनेमुळे रेणुका तिच्या पतीच्या नजरेत व्यभिचारी ठरते आणि म्हणून तो नंतर त्याच्या मुलांना तिचं मस्तक धडावेगळं करण्याची आज्ञा देतो. अशा प्रकारच्या आरोपातून कोणतीही स्त्री वाचू शकत नाही. म्हणून आपल्या वैवाहिक स्थितीत किंवा मातृत्वात आपली ओळख शोधणं ही गोष्ट कोणत्याही स्त्रीसाठी निष्फळ असते. सीतेनं सुरुवातीला रेणुकाचा सल्ला मानला नसला तरीही तिच्या मोठ्या झालेल्या मुलांना रामाकडे सुपूर्द करण्याची वेळ येते, त्यावेळी तिला तो सल्ला उपयुक्त ठरल्याचं सिद्ध होतं. सीतेनं राजदरबारात आपलं पावित्र्य, निष्पापपणा सिद्ध करावा म्हणजे आपण तिला पुन्हा राजपरिवारात स्थान मिळवण्याची संधी देऊ, अशी राम अट घालतो. पण तिचा प्रश्न असा असतो की, 'मी हे करण्याची गरज आहे का? अशा प्रकारच्या प्रयत्नांना काही अर्थ आहे का?' त्याऐवजी ती धरतीमातेच्या पोटात जाण्याची निवड करते.

'द लिबरेटेड' (विमुक्ता)मधून चौदा वर्षांचा वनवास संपवून राजघराण्यात परतलेली सीता आणि त्या कालावधीत स्वतःवर लादून घेतलेल्या बंधनांमध्ये राहिलेली उर्मिला यांच्यातील रोचक खुलासा आला आहे. तिचा पती रामाच्या सान्निध्यात राहण्यासाठी तिला सोडून वनात निघून गेला त्यावेळी तिला आपला त्याग करण्यात आल्यासारखं आणि झिडकारल्यासारखं कसं वाटलं होतं ते आपलं चौदा वर्षांचं मौन सोडून देऊन उर्मिला सीतेला सांगते. क्रोधाच्या आणि संतापाच्या भरात ती स्वतःवरही चौदा वर्षांचा वनवास लादून घेऊन स्वतःला आपल्या राजमहालाच्या चार भिंतींच्या आत कोंडून घेते. पण हळूहळू तो क्रोध सत्याच्या शोधात परिवर्तित होतो. ती स्वतःचा, स्वतःच्या भाव-भावनांचा आणि नातेसंबंधांचा अभ्यास करू लागते. प्रेम, तिरस्कार, असूया आणि आदर या भावना इतरांवरचं अवलंबित्व या स्थितीचेच विविध पैलू

असल्याचं तिला आढळतं. ती या सगळ्यांशी संघर्ष करते आणि तिला आंतरिक शांततेची स्थिती प्राप्त होते. सीतेला उर्मिलेचा अनुभव बोधप्रद वाटतो. नंतर वाल्मिकींच्या आश्रमात राम अश्वमेध यज्ञ करत असल्याचं सीतेला समजतं, त्यावेळी हा विधी पार पाडण्यास पात्र व्हावं म्हणून राम कदाचित दुसरी पत्नी आणेल या विचारानं सीता कमालीची अस्वस्थ होते. त्या अस्वस्थतेच्या काळात उर्मिला आपल्या बहिणीची भेट घेते आणि राम दुसरी पत्नी आणेल किंवा आणणार नाही ही गोष्ट क्षुल्लक असल्याचं तिच्या लक्षात आणून देते. ती सीतेला सांगते, 'तू स्वतःला रामापासून मुक्त केलंच पाहिजेस. ही प्रत्येक परीक्षा तुला रामापासून मुक्त होण्यासाठीच द्यावी लागत आहे. तुझ्या स्वतःसाठी तुला सुरक्षित बनवण्यासाठीच आहे. लढा दे, ध्यान कर, तू कोण आहेस हे सत्य उमगेपर्यंत आपल्या अंतर्यामात डोकावून पाहात राहा.' रामापासूनची मुक्ती ही गोष्ट सीतेसाठी खरी दास्यमुक्ती किंवा सुटका ठरते.

'द शॅकल्ड' (बंधनात अडकलेला राम) ही या संग्रहातील अखेरची कथा म्हणजे रामाचा विस्तारित आत्मसंवाद आहे. आर्य धर्माच्या तुरुंगात कैद झालेल्या रामाकडे वैयक्तिक स्वातंत्र्य नाही. राम स्वतःबरोबर असलेला एकमेव काळ हा त्याचा वनवासातील काळ होता. त्या काळात राजसत्तेच्या कर्मठ चौकटींपासून तो मुक्त असल्यामुळे हा काळ म्हणजे त्याच्यासाठी वरदानच ठरला होता. राम लक्ष्मणाकडे अशी कबुली देतो की, 'माझा उमदेपणा माझ्यासाठी अडचणीचा ठरत आहे. या राजसत्तेमुळे मी माझ्यावरची सत्ता गमावून बसलो आहे. माझ्या सीतेला मी गमावून बसलो, माझ्या मुलांनाही मी गमावून बसलो.' प्रत्येक टप्प्यावर राम आर्य धर्माशी बांधील राहतो. अखेरीस ज्यावेळी सिंहासनाचे वारस म्हणून सीता रामाकडे त्याची मुलं सोपवते, त्यावेळी ती स्वतःला मुक्त करते. पण राम मात्र तसाच शृंखलाबद्ध राहतो.

<hr />

वोल्गा यांची पुनरावलोकन करून दंतकथा तयार करण्याची कृती अशा प्रकारे, स्त्रियांना त्यांच्या अनुभवांकडे आणि जीवनाकडे स्त्रीकेंद्रित दृष्टिकोनातून पाहण्यास समर्थ बनवून जुन्या पद्धतींमध्येच नवीन अवकाश

निर्माण करते. त्या स्वातंत्र्याच्या जगाची पुनर्निर्मिती करतात. या जगात त्या स्वतःवर फक्त स्वेच्छेनं आपल्या जगण्याची जबाबदारीच घेत नाहीत, तर त्यांच्याकडे आनंदाची आणि संपूर्ण मुक्ततेची जाणीवही आहे. स्त्रिया यापुढे दुसऱ्या कोणाची तरी सेवा करून घेण्याचं साधन असणार नाहीत. त्या म्हणजे पुरुषांच्या शर्यतींमध्ये त्यांना मिळालेली बक्षीसंही असणार नाहीत. उलटपक्षी, त्या स्वतःच्या मुक्तीचा शोध घेणाऱ्या व्यक्ती असतील.

# वोल्गा : मुलाखत

**– टी. विजयकुमार**

पोपुरी ललिता कुमारी 'वोल्गा' या टोपणनावानं लिहितात. ललिता कुमारी सोळा वर्षांच्या असताना त्यांच्या मोठ्या बहिणीचा अकाली मृत्यू झाला. प्रत्यक्षात या बहिणीचं नाव वोल्गा होतं. नाझी लष्करानं याच नावाच्या एका रशियन मुलीला ज्या दिवशी ठार मारलं होतं, त्याच दिवशी त्यांच्या या बहिणीचा जन्म झाला होता, त्यामुळे त्यांच्या साम्यवादी वडलांनी आपल्या मुलीचं नाव 'वोल्गा' असं ठेवलं होतं. आपल्या बहिणीच्या मृत्यूनंतर ललिताकुमारी यांनी तिचं नाव धारण केलं आणि आजतागायत त्या वोल्गा या नावानंच लिहीत आहेत.

आपल्या महाविद्यालयीन जीवनात वोल्गा या स्टुडंट्स फेडरेशन ऑफ इंडियाच्या (एसएफआयच्या) सक्रिय सदस्या होत्या. नंतरच्या काळात त्या सीपीआय-एमएल (कम्युनिस्ट पार्टी ऑफ इंडिया-मार्क्सिस्ट लेनिनिस्ट)चा एक भाग असलेल्या रिव्होल्युशनरी रायटर्स असोसिएशनमध्ये सहभागी झाल्या. नंतर १९८०मध्ये पक्षाच्या पितृसत्ताक दृष्टिकोनामुळे निराश होऊन त्यांनी डाव्या राजकारणाचा त्याग केला आणि आपल्या चळवळीतून व लेखनातून तेलुगू वाचकांमध्ये स्त्रीवादाचा प्रसार करण्यासाठी स्वतःला वाहून घेतलं.

वोल्गा यांची जवळजवळ पन्नास पुस्तकं प्रसिद्ध झाली आहेत. त्यांमध्ये सात कादंबऱ्या, सहा लघुकथासंग्रह, नऊ संपादित खंड,

इंग्रजीतून अनुवादित केलेली सहा पुस्तकं, साहित्य समीक्षेवरची सहा पुस्तकं, तीन स्त्रीवादी सैद्धान्तिक पुस्तकं यांचा समावेश आहे.

*टी. विजयकुमार : कोणता साहित्यप्रकार तुमचा आवडता आहे आणि का?*

वोल्गा : लघुकथा आणि साहित्यिक समीक्षा. लघुकथेतून तुम्हाला जे हवं असतं ते तुम्ही मुद्देसूदपणे आणि तीव्रतेनं मांडू शकता. लघुकथा मोठ्या प्रमाणात लोकांपर्यंत पोहोचतात – अनेक लोकांपर्यंत त्या पोहोचू शकतात – आणि बहुधा त्या लिहिण्यास अधिक सोप्याही असतात. हा साहित्यप्रकार कोणत्याही अर्थानं 'हलकाफुलका' आहे, असं मात्र मला अजिबात म्हणायचं नाही. या साहित्यप्रकाराच्याही स्वतःच्या गुंतागुंती आहेत – तुम्हाला प्रत्येक गोष्ट मर्यादित जागेतच सांगावी लागते आणि मर्यादित अवकाशातच तुम्हाला पात्रंही प्रस्थापित करावी लागतात. पण तरीही मला लघुकथा आवडते. ज्यावेळी एखादी गोष्ट माझ्या मनाला भिडते, त्यावेळी मला (लघु) कथा लिहावी असं वाटतं, कविता लिहावीशी वाटत नाही. सुरुवातीला मीही कविता लिहिल्या आहेत आणि नंतर त्यापाठोपाठ कादंबऱ्या लिहिल्या आहेत. पण नंतर मी जास्त लघुकथा लिहिल्या. मला साहित्य समीक्षाही लिहायला आवडते. पूर्ण वैचारिक समीक्षा नव्हे; तर साहित्यिक रसग्रहण मला आवडतं. मला आवडलेल्या पुस्तकाचं स्त्रीवादी दृष्टिकोनातून विश्लेषण करण्यातून खूपच समाधान मिळतं.

*लेखिका म्हणून तुमच्यावर कोणाचे प्रभाव आहेत?*

कवितेमध्ये आणखी काही कवींबरोबरच श्री श्री यांचा, टिळकांचा माझ्यावर प्रभाव आहे. मी लिहायला सुरुवात केली त्यावेळी दिगंबर कावुलु (नग्न कवी) या कवींनी त्यांच्या दृष्टिकोनांनी आणि शैलींनी तेलुगू काव्यविश्व ढवळून काढलं होतं. त्यांच्या प्रभावामुळे माझ्या इतर चार मित्र–मैत्रिणींसह मी पैगंबरु कावुलुची (प्रेषित कवी) स्थापना केली आणि दोन काव्यसंग्रह प्रसिद्ध केले. काल्पनिक कथासाहित्याचा विचार करता, चलम आणि कोकु यांचा माझ्यावर खूपच मोठा प्रभाव पडला.

इथे महिलांच्या लेखनाची फार मोठी परंपरा नव्हती आणि त्यामुळे एखादी लेखिका माझी आदर्श नाही. अर्थातच मालती चांदुर (१९३०-२०१३) यांच्यासारख्या काही लेखिका होत्याच. पण माझ्या राजकीय दृष्टिकोनामुळे मला या लेखिका फारशा भावल्या नाहीत. त्या कदाचित इतरांच्या आदर्श असू शकतील, पण माझ्यावर श्री श्री यांसारख्या क्रांतिकारक लेखकांचाच प्रभाव पडला. घरगुती आणि कौटुंबिक गोष्टींविषयीच्या त्यांच्या चिंता अत्यंत मर्यादित असल्याचं दिसतं.

***कवितेकडून तुम्ही कथा–कादंबरी लेखनाकडे कशा आणि का वळलात?***

महाविद्यालयात असताना मी 'पंचडी निर्मला वारासुरालिनी' (मी पंचडी निर्मलाची वंशज आहे - १९७२) या शीर्षकाची एक कविता लिहिली होती. त्यामुळे मला प्रचंड म्हणजे कदाचित माझ्या इतर कोणत्याही लेखनापेक्षा अधिक ओळख मिळाली. त्यानंतर मी 'जैलु गडी आत्मकथा' (कोठडीची आत्मकथा) नावाची लघुकथा लिहिली. त्यावेळी मी रिव्होल्युशनरी रायटर्स असोसिएशनची सदस्य होते. त्या कथेमुळे मला ओळख मिळाली नसली तरीही प्रचंड समाधान मिळालं. मला माझं माध्यम सापडलं असं वाटलं. तो एक प्रकारचा आत्मशोध होता आणि कवितेपेक्षाही कथा लिहिण्यात मी अधिक सक्षम असल्यासारखं मला वाटलं. मला असं वाटलं की, माझ्या मनात कथेचं बीज जसं स्फुरत होतं, अगदी तंतोतंत तशीच कथा जन्माला येत होती, पण कवितेच्या बाबतीत नेहमी असंच घडत नव्हतं. त्यानंतरही मी काही कथा लिहिल्या आणि त्यांचं खूपच चांगलं स्वागत झालं.

***लेखनामुळे तुम्हाला इतकं समाधान मिळत होतं, तर मग लेखनाच्या तुमच्या करिअरमध्ये खंड का पडला होता?***

होय. माझ्या लेखनाच्या करिअरमध्ये दीर्घ खंड पडला होता. रिव्होल्युशनरी रायटर्स असोसिएशनमध्ये आणि नागरी मुक्तता चळवळींमध्ये मी खूप काम करत होते. लेखनाचा बराचसा वेळ आणि प्राधान्यक्रम या कामांना दिला जात होता, कारण त्या काळात लेखन करणारे खूप

जण असले तरीही ज्या प्रकारचं काम करण्याची माझी इच्छा होती, तसं काम करणारे फारसे लोक नव्हते. शिवाय श्री श्री, रा. वि. शास्त्री, के. व्ही. रामण्णा रेड्डी (१९२८-१९९८) यांच्यासारखे सगळे माझ्याहून ज्येष्ठ असलेले आरडब्ल्यूएचे लेखक लिहीत असलेल्या काळात मी लेखन करत होते. याखेरीज वरावरा राव, तिरागबड्डा कावुलु, चेराबंदा राजू आणि इतर दिगंबर कावुलु हे माझे सहकारी आणि ज्येष्ठ लेखकही होते. पण दुर्दैवानं एकही लेखिका नव्हती. फक्त कृष्णाबाई येत असत. पण त्या सर्जनशील लेखिका नव्हत्या, त्या प्रासंगिक समीक्षक होत्या आणि माझ्याहून खूपच ज्येष्ठही होत्या. अशा प्रकारे मी प्रस्थापित आणि जोशपूर्ण लेखकांच्या सान्निध्यात होते. म्हणून मला असं वाटलं की, त्यांच्यापैकी अनेक जण अतिशय उत्तम प्रकारे लिहीत असताना मी लिहिलं नसतं तरी काहीच हानी झाली नसती. म्हणून मी आणीबाणीच्या विरोधात (१९७५-७७) बैठकांचं आयोजन, पदयात्रा, सह्यांच्या मोहिमा राबवण्यात अधिक सहभागी झाले. या गोष्टींमध्येच माझा सगळा वेळ जात होता.

***मग कला आणि चळवळ या वादात तुम्ही कशाची बाजू घेता?***

काही काळ मी लिहीत नव्हते याचा अर्थ, मी साहित्याला कमी महत्त्व असल्याचं मानत होते असा नाही. तसा याचा मुळीच अर्थ नाही! आमच्या घरात नेहमीच उत्तम पुस्तकं होती, त्याबद्दल माझ्या वडलांची मी ऋणी आहे. सातव्या वर्षापासूनच मी सकस साहित्य वाचण्यास सुरुवात केली होती. त्यामुळे मी साहित्यावरच वाढले, जगले आणि साहित्य हे अत्यंत प्रभावी माध्यम असून ते लोकांमध्ये आणि समाजात बदल घडवून आणू शकतं यावर माझा ठाम विश्वास होता. खरं तर त्यावेळी माझ्या मनात याहून अधिक समजुतीही होत्या. पण अनेक लेखक खूपच कसदार साहित्यकृतींची निर्मिती करत होते. पण त्या काळात चळवळीत काम करणाऱ्या महिला कार्यकर्त्या नव्हत्या. महिलांमध्ये काम करणं, त्यांना जागृत करणं या गोष्टीची तिथे अधिक गरज होती असं मला वाटलं. त्यामुळे साहित्यावर माझा विश्वास नव्हता म्हणून नव्हे; तर चळवळीतील महिलांच्या कमतरतेमुळेच मी लेखनापासून दूर झाले होते.

***पण नंतर तर तुम्ही चळवळ सोडून पुन्हा लेखनाकडे परतलात.***

होय. माझ्या लेखनाच्या कारकिर्दीत निश्चितपणे विविध टप्पे आहेत. १९८०च्या दशकाच्या आधी मी लेखिका होते, पण त्यावेळी मी त्याविषयी फारशी गंभीर नव्हते. चळवळीकडे माझा अधिक कल होता. त्यानंतर १९८१मध्ये मी डावं राजकारण सोडलं आणि स्त्रीवादी राजकारणाकडे वळले. माझ्या कारकिर्दीतील हा कलाटणी देणारा टप्पा होता. स्त्रीवादाविषयी किंवा स्त्रीवादी दृष्टिकोनातून तेलुगू भाषेत कोणीही लेखन करत नसल्यामुळे किंवा तसं लेखन करणं मला भाग आहे असं मला वाटल्यामुळे मी लेखनाकडे गांभीर्यानं पाहू लागले. त्यामुळे मला असं वाटलं की, स्त्रीवादाची ओळख करून देण्यासाठी आणि त्याला लोकांपर्यंत नेण्यासाठी मी लिहिलं पाहिजे. लेखन हे प्रभावी माध्यम आहे आणि काहीही झालं तरी त्यावेळी प्रभावी स्त्रीवादी चळवळी नसल्यामुळे माझ्यासमोर उपलब्ध असलेला तो एकमेव पर्यायही होता. म्हणून १९८३मध्ये मी साहित्य-समीक्षेनं सुरुवात केली आणि *अथेडु, आमे, मानम* (तो, ती, आम्ही) प्रसिद्ध केलं. स्त्रीवादी दृष्टिकोनातून एखादा मजकूर कसा वाचावा ते त्यातून स्पष्ट होत होतं.

त्यानंतर १९८५पासून मी नियमितपणे कथा आणि कादंबऱ्या लिहीत आहे. म्हणून कोणीही असं म्हणू शकतं की, माझ्या लेखन कारकिर्दीत १९८०च्या पूर्वीचा टप्पा हा डाव्या विचारसरणीचा टप्पा होता आणि १९८०नंतर स्त्रीवादी विचारसरणीचा टप्पा सुरू झाला.

***कालौघात स्त्रीवादाविषयीचं तुमचं आकलन कसं विकसित झालं?***

१९८०च्या दशकात, झपाट्यानं वाचन आणि लेखन करत असताना मी स्त्रियांकडे एक एकजिनसी वर्ग म्हणून पाहत होते. सर्व स्त्रिया एकसारख्याच असतात आणि त्या 'जगाला संघटित करणाऱ्या कामगार' या आकलनाच्या स्वरूपाच्या असतात असं मी मानत होते. मग १९९०च्या दशकात कदाचित करमछेडू येथील घटनेमुळे असेल, पण जात ही प्रमुख समस्या म्हणून समोर आली आणि त्यापाठोपाठ अनेक वादविवादही सुरू झाले. मी *आकासाम्लो सागम* (अर्धं आकाश, १९९०) ही दलित नायिका असलेली लघुकथा लिहिली. सर्व महिला समान नसतात, जात महत्त्वाची

भूमिका पार पाडते या अर्थानं मी ही कथा लिहिली होती. पण तरीही ज्यावेळी मी १९९३मध्ये *नीली मेघालू* (निळे ढग) हा स्त्रीवादी कवितांचा संग्रह तयार केला, त्यावेळी त्यात फारशा दलित कवयित्री नव्हत्या. खरं तर त्यांच्यापैकी अनेक जणी त्यावेळी दलित स्त्रीवादी जाणिवेतून लेखनही करत नव्हत्या. मला अजूनही असं वाटतं की, त्या संग्रहातील ती त्रुटी होती. हळूहळू स्त्रीवादाचा मोठा आवाका माझ्या लक्षात आला. त्यात फक्त जातीचाच समावेश नव्हता; तर धर्म, वंश, लिंग (एलजीबीटी) यांसारख्या इतरही अनेक घटकांचा समावेश होता. स्त्रीवादानं मला हे फरक स्वीकारण्याची, समजून घेण्याची आणि त्यांना एकत्रीतपणे सामावून टाकण्याची ताकद दिली. स्त्रीवादातून मी जी सर्वसमावेशकता शिकले होते, तिचीच अभिव्यक्ती माझ्या लेखनातून करण्याचा मी प्रयत्न केला.

### *मग प्रतिनिधित्वाच्या राजकारणाविषयीची तुमची प्रतिक्रिया काय आहे?*

सुरुवातीपासूनच याविषयीचा माझा दृष्टिकोन अगदी स्पष्ट आहे. फक्त स्त्रियांनीच स्त्रियांविषयी लिहावं असं म्हणणं बरोबर नाही. स्त्रिया आपल्या अनुभवांविषयी अधिक चांगल्या आणि वेगळ्या प्रकारे लिहू शकतात, कारण तो त्यांचा स्वतःचा अनुभव असतो, असं मला नक्कीच वाटत असलं, तरीही फक्त स्त्रियांनीच लिहावं हे मला मान्य नाही. अशी भूमिका अस्वाभाविकही आहे. *गुर्जडा, चलम* आणि *कोकु* नसते आणि मी त्यांचं साहित्य वाचलं नसतं आणि समजून घेतलं नसतं, तर आज मी जी कोणी आहे ती मी झालेच नसते. आपल्या बरोबरच्या जीवाचं दुःख आणि दडपणूक समजून घेणारा कोणताही माणूस त्यांविषयी लिहू शकतो. अगदी अथाडू, *आमे मानम* या माझ्या समीक्षणात्मक पहिल्या पुस्तकातही उप्पालू लक्ष्मण राव यांच्या कादंबरीचं मोठ्या प्रमाणात रसग्रहण आहे. *चलम, कोकु* इत्यादींवरही मी शोधनिबंध लिहिले आहेत. त्यामुळे माझ्या मनात सुरुवातीपासूनच ही स्पष्टता आहे की, फक्त स्त्रियांनीच स्त्रियांविषयी लिहावं किंवा दलितांनीच दलितांविषयी लिहावं हे मला मान्य नाही. पण हळूहळू वगळणुकीच्या वाढत्या कलामुळे दलित समस्यांविषयीचं माझं लेखन कमी झालं. मी जे लिहीत होते, त्यातून त्याचा हेतू साध्य होत नव्हताच; शिवाय त्यातून विधायक नसलेल्या अनावश्यक चर्चांना ऊत

येत होता. अधिकृतता, काय लिहिलं गेलं नाही इत्यादी मुद्द्यांवर या चर्चा होत असत. म्हणून ज्यांच्याकडे दलित समस्यांचं योग्य आकलन आहे ते लिहू शकतात, असं मानणाऱ्या माझ्यासारख्या लोकांनी दलितांविषयी लिहिणं कमी केलं. इतरांच्या संदर्भात तर ही गोष्ट माझ्याहूनही अधिक प्रमाणात घडली असं मला वाटतं.

### *दलितांच्या समस्यांविषयी दलितेतरांनी न लिहिल्यामुळे दलितांच्या समस्यांच्या सर्वांगीण आकलनाची हानी होत नाही का?*

ती नक्कीच हानी आहे. मला जे माहिती आहे, ते अगदी थोडं असलं तरीही मला ते माझ्या वाचकांना माझ्या स्वतःच्या पद्धतीनं, माझ्या स्वतःच्या शैलीत सांगण्याची इच्छा आहे. पण विनाकारण निर्माण होणारी वादग्रस्तता टाळण्यासाठी जर मी ते लिहिण्यापासून परावृत्त झाले, तर ती नक्कीच हानी आहे. पण हे फक्त माझ्या एकटीच्याच बाबतीतील नाही. माझ्याहून अधिक चांगलं लिहू शकत असलेल्या इतर अनेकांच्या बाबतीत हे घडलं आहे. (अक्किनेनी) कुटुंब राव यांचं उदाहरण घ्या. त्यांनी १९८१मध्ये *साराज्जेम* (स्वयं-शासन) लिहिलं. *मालापल्ली* (१९२२) नंतरची दलितांवरची तेलुगूतील ती फक्त दुसरी कादंबरी आहे. ती एक अतिशय चांगली कादंबरी आहे. मालापल्लीनंतर दलितांच्या जीवनाचं इतक्या प्रभावीपणे आणि वास्तविक दर्शन घडवणारी दुसरी कादंबरी नाही. त्यावेळी सध्याचा (वगळणुकीचा) प्रवाह नसल्यामुळे ते ती कादंबरी लिहू शकले. ते आता ती कादंबरी लिहू शकले असते का याविषयी माझ्या मनात शंका आहे आणि कोणत्याही अडथळ्यांमुळे ते ती लिहू शकले नसते तर हानी झाली नसती का? यामुळे सर्वांगीण आकलनात तफावत राहते, कारण दलितेतर दृष्टिकोनही एकूण चित्राचा एक भाग आहे. तुमच्या उच्चवर्णीय दृष्टिकोनातून तुम्ही दलित समस्यांचं आकलन कसं करून घेता – तुम्ही सहानुभूतीचं, दयेचं, दुर्बोधतेचं की गोंधळाचं दर्शन घडवता ते महत्त्वाचं असतं. शिवाय असा दृष्टिकोनही मांडला गेला तर तेही अधिक चांगलं ठरणार नाही का? अशा प्रकारचं सादरीकरण रोखणारं हे वातावरण वेदनादायी आहे. अर्थातच दलितांनीही लिहिलंच पाहिजे, महिलांनीही लिहिलं पाहिजे. प्रत्येकानंच त्यांच्या स्वतःच्या कथा लिहिल्या पाहिजेत,

याबाबत दुमत नाही. ते अधिक चांगलंही लिहू शकतात, कारण व्यक्तिनिष्ठ अनुभव हा नेहमीच लेखनातील एक प्रभावी घटक असतो.

***आयडेन्टिटी मूव्हमेंटमध्ये झालेली वाढ हा तात्त्विक चळवळींना बसलेला फटका आहे, यावर तुमचा विश्वास आहे का?***

तात्त्विक चळवळी अशा एका टप्प्यावर पोहोचल्या होत्या की, त्यांना हा फटका बसला नसता तर त्या पूर्णपणे नष्ट झाल्या असत्या. या फटक्याची गरज होती आणि तो वेळेवर बसला. हे योगायोगानं घडलं नव्हतं. औदासीन्यातून, अनास्थेतून आयडेन्टिटी मूव्हमेंट उदयास आल्या. आयडेन्टिटी मूव्हमेंटनी सुरुवातीला फूट पाडली ही गोष्ट खरी आहे आणि स्त्रिया, दलित व अल्पसंख्याक विभक्त झाले. पण मला वाटतं की, त्यांना स्वतःच्या ओळखी, ताकदी आणि दुर्बलता समजून घेण्यासाठी अशा विभक्तीकरणाची मदत झाली. या प्रक्रियेला काही वेळ लागेल. पण कदाचित त्यानंतर ते पुन्हा एकदा सामाईक ओळखीपर्यंत येतील. उदाहरणार्थ, या सगळ्या चळवळींचा जन्म दडपशाहीतून झाल्यामुळे दडपशाही हा सामाईक घटक आहे. त्यांच्या विविध प्रकारच्या दडपणुकींमध्ये कोणत्या गोष्टी सामाईक आहेत ते समजून घ्यायला कदाचित दीर्घ काळ लागू शकेल, पण तंत्रज्ञानामुळे यासाठी कदाचित अत्यल्प काळही लागू शकेल. पण आता जे घडत आहे ते चांगल्यासाठीच घडत आहे असा माझा विश्वास आहे. प्रत्येक गोष्ट बाहेर पडली पाहिजे, मग तो कदाचित तिरस्कारही असेल. गैरसमजातून निर्माण झालेला तिरस्कार असू शकेल. शतकानुशतकापासून साचून राहिलेली प्रत्येक गोष्ट बाहेर पडू द्या. एकदा ते सगळं बाहेर पडलं की मग तुमच्या खऱ्या स्वत्वाची तुम्हाला जाणीव होईल. मग वातावरण अधिक निवळेल. मी आशावादी आहे.

*तात्त्विक चळवळी तुम्हाला स्वतःच्या मर्यादेच्या पलीकडे जाण्यास आणि एका मोठ्या गटाचा भाग म्हणून स्वतःकडे पाहण्यास प्रोत्साहित करतात. दुसरीकडे, आयडेन्टिटी मूव्हमेंटचं लक्ष स्वतःवरच केंद्रित झालेलं असतं. या दोन्ही चळवळी कशा काय एकत्र येऊ शकतील?*

आयडेन्टिटी मूव्हमेंट्सही गटाधारित असतात. अधिक मोठ्या चित्रात ज्यावेळी स्त्रियांची आणि दलितांची लहान प्रतिकृतींपर्यंत अवनती

करण्यात आलेली असते, त्यावेळी त्यांच्याकडे जवळून पाहण्याची गरज असते. तात्त्विक चळवळींनी त्यांच्याकडे दुर्लक्ष केलं आणि या दुर्लक्षितपणातूनच आयडेन्टिटी मूव्हमेंटचा उदय झाला. उपेक्षित घटकांकडे जवळून पाहिल्यानंतर समोर येणारं चित्र तात्त्विक चळवळींचे गटही पाहतील आणि मग कदाचित त्या दोहोंमध्ये आंतरक्रिया घडून येतील.

***भाषांतराविषयी तुमचा काय दृष्टिकोन आहे? भाषांतर हा परिचित आणि अपरिचित यांच्यातील पूल कसा काय बनू शकेल?***

भाषांतरं अत्यावश्यक आहेत. मी वाचलेल्या भाषांतरित रशियन साहित्यामुळेच माझ्या दृष्टिकोनाला आकार मिळाला होता. अगदी त्या लहान वयातही अधिक व्यापक जगाचं, छळाचं आकलन मला होऊ शकलं होतं. मी जर फक्त आपली मासिकं आणि समकालीन तेलुगू महिलांचं लेखन वाचलं असतं, तर माझं आकलन अतिशय मर्यादित असतं. चौदा-पंधरा वर्षांच्या त्या लहान वयात मी राजकीयदृष्ट्या जागरूक बनले नसते. त्यानंतर मी भाषांतर करण्यास सुरुवात केली, त्यावेळी संबंधित लेखन आपल्या वाचकांपर्यंत पोहोचण्याची गरज आहे, या निर्धारानं मी भाषांतर केलं. दुःख, प्रेम, वेदना, शोषण, छळ आणि संघर्ष यांविषयीच्या मानवी अनुभवांचं सार सगळीकडे सारखंच आहे. पण वेगवेगळ्या पार्श्वभूमींवर ते कसं काम करतं? या सगळ्या अनुभवांमध्ये कोणत्या गोष्टी सामाईक आहेत? हे महत्त्वाचे प्रश्न आहेत. भाषांतराचे काही रोचक पैलू असतात. उदाहरणार्थ, रशियन संदर्भ पूर्णपणे भिन्न असू शकतो, पण कुठेही मदर ही आईच असते. त्यामुळे ज्यावेळी 'त्या मदर'मध्ये आणि माझ्या आईत मला साम्य आढळतं त्यावेळी मला आनंद होतो. जगभर सर्वत्र 'आई' नावाची भावना समान असल्याचं पाहिल्यानंतर माझा आनंद द्विगुणित होतो.

***तेलुगूमध्ये होणारी भाषांतरं आणि तेलुगूतून अन्य भाषांमध्ये होणारी भाषांतरं यांच्यामध्ये प्रमाणबद्धतेचा अभाव का दिसून येतो?***

यात प्रमाणबद्धतेचा अभाव आहे ही गोष्ट अतिशय खरी आहे. आमचं अत्यल्प साहित्यच इतर (भारतीय) भाषांमध्ये भाषांतरित झालं आहे.

आमच्या राज्याबाहेरच्या कोणालाही आमच्या लेखकांची माहिती नाही. अगदी श्री श्री, चलम, कोकु यांसारख्या महान लेखकांविषयीही कोणाला माहिती नाही. तुम्हाला खरं सांगायचं झालं, तर अगदी थोड्याच अन्य भारतीय भाषांमध्ये श्री श्री किंवा चलम यांच्यासारखे लेखक आहेत. चलम यांच्या शशीरेखा (१९२१) किंवा मैदानम् (१९२७) यांसारख्या कादंबऱ्या १९२०च्या दशकात कोणीही लिहिलेल्या नाहीत. त्याप्रमाणेच 'कविता ओ कविता' या श्री श्रींच्या कवितेसारखी कविताही भारतीय साहित्यातील इतर भाषांमध्ये अगदीच क्वचित आढळते. श्री श्री यांनी एकदा एका कवितेत असं म्हटलं होतं की, 'आंध्रप्रांतीय असणं हा मला मिळालेला मोठा शाप आहे.' तेलुगू लोकांचं स्वतःविषयीचं मत कदाचित तितकंसं चांगलं नसावं आणि म्हणून आपल्या साहित्याच्या भाषांतरासाठी ते पुढे येत नसावेत. माझ्या स्वतःच्या अनुभवांवरून मी सांगते की, माझ्या काही साहित्याचं भाषांतर हे कन्नड, मराठी आणि हिंदी भाषांमध्ये झालं आहे. मी सहसा माझ्या साहित्याचं भाषांतर करून घेत नाही आणि माझ्या स्वतःच्या भाषेतील वाचकांसाठी लेखन करण्यात मला भरपूर समाधान मिळतं. पण माझ्या थोड्या तरी कथांचं मल्याळम, बंगाली आणि तमीळ भाषांमध्ये भाषांतर व्हावं असं मला खरोखरच वाटतं, पण अजूनही ते घडून आलेलं नाही!

***मग तेलुगू साहित्याचं इंग्रजीत का भाषांतर होत नाही?***

असं साहित्य प्रकाशित करणं हा मोठा अडथळा असतो. फक्त थोडेच प्रकाशक भाषांतरं छापतात. याखेरीज इतरही अनेक समस्या आहेत. भाषांतर कोण करेल? दोन्ही भाषा चांगल्या प्रकारे कोणाला अवगत असतील? तुम्हाला ते कसे समजतील किंवा तुमचा त्यांच्याशी कसा संपर्क घडून येईल? ते साहित्य कसं प्रकाशित करून घेता येईल? या सगळ्याविषयी अत्यल्प तेलुगू लेखक विचार करतात. आमच्या लेखकांसारखे इतर भाषांतील लेखक नाहीत, ते स्वतःला व्यवस्थित पुढे नेतात. शिवाय इतर भाषांमध्ये ज्यांना ती भाषा अवगत असते आणि जे चांगल्या प्रकारे तिचं इंग्रजीत भाषांतर करू शकतात असे लोक त्यांच्या लेखकांना उत्साहानं, आस्थेनं पुढे आणतात. तेलुगू भाषकांमध्ये अशा प्रकारचा

उत्साह, आस्था नाही. तुमचं स्वतःचंच उदाहरण घ्या. तुम्ही (आणि विजयश्रीनं) कन्यासुल्कमचं भाषांतर करेपर्यंत, त्याला अभिजात आधुनिक साहित्य म्हणून मान्यता मिळालेली असली तरी कोणीही असा विचार केला नव्हता. काही वर्षांपूर्वी (अल्लादी) उमा आणि (एम) श्रीधर यांनी माझ्या पुस्तकाचं भाषांतर केलं आणि मला त्याच्या प्रकाशन समारंभात बोलण्यासाठी आमंत्रित केलं, त्यावेळी दिवसभर मला अपराधीपणा जाणवत होता. आपण त्यांना दुखावलं असावं असं मला मनातल्या मनात वाटत असलं तरीही मी पुस्तकाविषयी काहीही बोलले नाही. कारण *गुर्जडा, चलम* आणि *कोकु* यांच्या पुस्तकांचं इंग्रजीत भाषांतर झालेलं नसताना माझ्या पुस्तकाचं इंग्रजीत भाषांतर झाल्याबद्दल मला थोडासा संकोच वाटत होता. पण सर्वसामान्यपणे मला असं सांगायचं आहे की, भाषांतराच्या एकूणच प्रक्रियेविषयी तेलुगू भाषेत फारशी जागरुकता नाही.

***तेलुगूमध्ये स्वतःचं पुस्तक स्वतः प्रकाशित करण्याचा नियमच असल्यासारखं दिसतं. हे उतावळेपणाचं लक्षण आहे की प्रकाशक नसल्यामुळे हे घडतं? तेलुगूमधील प्रकाशनाचं चित्र काय आहे?***

ज्यावेळी स्त्रिया मालिकांच्या स्वरूपात लेखन करत होत्या त्यावेळी तेलुगूमध्ये १९६०च्या दशकात अनेक प्रकाशक होते. अनेक लेखक आणि वाचक होते आणि वाचनसंस्कृतीही बळकट होती. १९८०च्या दशकात इंग्रजी शिक्षणाचा प्रसार, टीव्ही यांसारख्या विविध कारणांमुळे हे चित्र नष्ट झालं. त्याच वेळी लोकप्रिय आणि रटाळ कथांनी चांगलं लेखन दूर सारलं. ते सगळं चित्रच गढूळ आणि अंधःकारमय बनलं आणि प्रकाशकांनी साहित्य प्रकाशित करणं बंद केलं. त्यामुळे प्रत्येकानं आपापलं पुस्तक प्रकाशित करण्यास सुरुवात केली. याचा अर्थ, तिथे मूल्यमापनाचा प्रश्नच नव्हता. पण त्याच्या आधीही प्रकाशक लेखकांच्या नावांचा विचार करूनच पुस्तक छापण्याविषयीचा निर्णय घेत होते. जर एखाद्या प्रसिद्ध लेखकानं लिहिलेलं पुस्तक असेल तर ते पुस्तक छापत असत. कारण त्यांना त्याच्या विक्रीची खात्री असे. अगदी प्रख्यात नसलेल्या लेखकांची पुस्तकंही – लेखकांनी जर सार्वजनिक ग्रंथालयांच्या वगैरे माध्यमातून काही हजार प्रतींच्या विक्रीची हमी दिली तर छापली

जात होती. पण विक्री थांबल्यानंतर या चित्रातून प्रकाशकांनी अंग काढून घेतलं. मात्र तेलुगू प्रकाशन क्षेत्रात कधीही श्रेणी ठरवणं, मूल्यमापन करणं, गाळणी लावणं या प्रक्रिया नव्हत्या. हा एक प्रमुख दोष आहे. इथे प्रमाणित प्रकाशन प्रक्रिया नाहीत आणि एखाद्या विशिष्ट प्रकाशकानं छापलेलं पुस्तक दर्जेदारच असेल याची खात्रीही देता येत नाही.

**तुमच्या पुस्तकांना समीक्षकांनी आणि वाचकांनी कसा प्रतिसाद दिला? तेलुगूमधील समीक्षेच्या चित्राविषयी तुम्ही समाधानी आहात का?**

स्वेच्छा (स्वातंत्र्य) या माझ्या दुसऱ्या कादंबरीला १९९७मध्ये स्पर्धेत प्रथम पारितोषिक मिळालं. याला मोठी प्रसिद्धी मिळाली आणि चतुरा या उत्तम वितरण असलेल्या मासिकानं तिच्या एक लाख प्रती छापल्या. त्या सगळ्या विकल्याही गेल्या. या मासिकाकडे कित्येक वाचकांनी कादंबरीविषयी पत्रं पाठवली. पहिल्यांदाच इतक्या लोकांनी कादंबरी वाचल्याचं मला जाणवलं आणि त्याबरोबरच लेखन अनेक प्रकारे वाचणं आणि समजून घेणं शक्य असतं हेही लक्षात आलं. ही गोष्ट डोळे उघडणारी होती. चतुराचे संपादक चालसानी प्रसाद राव हे अत्यंत दक्ष, काटेकोर व्यक्ती होते. आजच्याप्रमाणे त्या काळात लेखकाचा पत्ता किंवा संपर्क क्रमांक दिला जात नव्हता. त्यामुळे ती पत्रं मासिकाकडे येत आणि ते त्यांचं फायलिंग करून ती लेखकाकडे पाठवत असत. संपादकांनी मला वाचकांच्या पत्रांच्या अशा तीन-चार फायली दिल्या होत्या. त्या पत्रांमधून मला असं दिसून आलं होतं की, सर्वसामान्य वाचकांना ती कादंबरी चांगली समजली होती. माझा जसा उद्देश होता, त्याप्रमाणेच त्यांनी ती समजून घेतली होती आणि तिचं कौतुकही केलं होतं. त्याच वेळी दुसरीकडे, मी ज्यांच्याबरोबर काम केलं होतं, त्या प्रोग्रेसिव्ह रायटर्स असोसिएशनच्या, रिव्होल्युशनरी रायटर्स असोसिएशनच्या लोकांनी आपल्या समीक्षणात आणि सार्वजनिक चर्चांमध्ये त्या कादंबरीच्या चिंध्या चिंध्या केल्या होत्या. त्यावेळी माझ्या हे स्पष्टपणे लक्षात आलं की, तथाकथित समीक्षक हे पूर्वग्रहदूषित दृष्टिकोनातूनच पाहू शकतात आणि त्यांच्या दृष्टिकोनावर विसंबून राहता येत नाही. माझ्या अनुभवातून माझ्या मनात समीक्षेविषयीची थोडी स्पष्टता निर्माण

झाली. आपण समीक्षेला फार महत्त्व देण्याची गरज नाही, समीक्षकांना जे हवं असतं ते सर्वसामान्य वाचकांना जे हवं असतं त्याहून भिन्न असतं, त्यामुळे आपण फक्त आपल्याला जे वाटतं ते लिहीत राहिलं पाहिजे, हे मला समजलं. वाचकांचा प्रतिसाद वेगळा होता आणि तो नेहमीच पक्षपाती किंवा एकतर्फी नव्हता. वाचकांच्या विचारसरणीशी माझे विचार मेळ खात होते. कारण माझ्या लेखनाला त्यांच्याकडून नेहमीच चांगला प्रतिसाद मिळाला. सर्वसामान्यपणे मी असं म्हणेन की, तेलुगू भाषेत विधायक समीक्षेचं प्रमाण अगदीच अत्यल्प आहे. उदाहरणार्थ, मी अथडू, आमे, मानममध्ये केलं आहे, त्याप्रमाणे फक्त थोडेच समीक्षक पुस्तकाची मध्यवर्ती कल्पना, शैली, कल्पकता, पात्रयोजना यांसारख्या पुस्तकाच्या घटकांचं तपशीलवार विश्लेषण करण्याची तसदी घेतात. अशा प्रकारच्या टीकेचा अभाव असल्यामुळे लेखकांचा तोटा होतो. त्यामुळे आता हे अशा वळणावर आलं आहे की, आज जर कोणी अशा प्रकारचं विश्लेषण केलं तर लेखक ते पचवू शकत नाहीत. त्यांना न आवडणारं कोणतंही विधान, शेरा ते सहन करू शकत नसल्याचं दिसतं. मला सर्वसामान्यपणे असं दिसतं की, समीक्षकांचं शत्रुत्व हे त्यांना पुस्तकाचं आकलन न झाल्यामुळे, अशा प्रकारच्या अनाकलनीयतेचं फलित नसतं; तर तात्त्विक पूर्वग्रहांचं ते फलित असतं.

**पण तुम्ही स्वतःही अगदी सुरुवातीपासूनच तात्त्विक विचारसरणीच्या लेखिका आहात. मग तात्त्विक विचारसरणीमुळे लेखकाला मर्यादा पडतात का? तात्त्विक विचारसरणीमुळे लेखकाकडून अपेक्षित प्रतिसादच दिला जातो का?**

कोणत्याही लेखकाकडे एखादी तात्त्विक चौकट नसते, असं मला वाटत नाही. मग ती तत्त्वप्रणाली कोणतीही असो, पण तिच्याशिवाय लेखन करणं शक्य नसतं. कोणीही अलिप्त, उदासीन असत नाही. पण लेखक त्या तत्त्वप्रणालीकडे कसं पाहतो, तिला कसं समजून घेतो आणि साहित्य समजून घेण्यासाठी तिचा पद्धतशीरपणे कसा वापर करतो ते महत्त्वाचं असतं. उदाहरणार्थ, माझ्या बाबतीत विचार केला तर मला *भारतम्* अतिशय आवडतं, मी ते वाचलं आहे आणि मला अंतःकरणापासून त्या

कविता आवडतात. कृष्णा शास्त्रींचं शृंगारिक काव्य, नंदुरींच्या कविता मला अतिशय आवडतात. मी मार्क्सवादी आहे हे मला माहिती आहे. एका बाजूला मी स्टुडंट्स फेडरेशनचं काम करत होते आणि दुसऱ्या बाजूला एखाद्या सोळा वर्षांच्या मुलीप्रमाणे मी प्रेमकविता लिहीत होते. काव्याची जाण असलेल्या कुठल्याही व्यक्तीला विशेषतः एका विशिष्ट वयात प्रेमकविता न लिहिणं अशक्य असतं. पण प्रेमासारख्या गोष्टीवर कविता लिहिल्याबद्दल आपली टर उडवली जाईल या भीतीपोटी, माझ्या स्टुडंट्स फेडरेशनच्या मित्र-मैत्रिणींना मी त्या कधीही दाखवत नसे. तर असे तात्त्विक दबाव, निर्बंध असतात हे मी नाकारत नाही. पण अनेक लेखक ही बंधनं ओलांडतात, त्यांच्या पलीकडे जातात. लेखक मानवी भावनांकडे कसं पाहतो आणि त्यांना कसं समजून घेतो याचं निरीक्षण करणं महत्त्वाचं असतं. प्रेम ही मानवी भावना आहे. त्यामुळे तू मार्क्सवादी असल्यामुळे तू प्रेमकविता लिहिता कामा नये असं म्हणण्याऐवजी, कवीनं ती भावना किती सुंदरपणे आणि नाजूकपणे सादर केली आहे हे कोणीही पाहिलं पाहिजे. मी कधीही अशा प्रकारच्या दुराग्रहाशी सहमत झाले नाही. म्हणून वाचन किंवा लेखन करताना अशा प्रकारच्या अडथळ्यांना मला कधीही तोंड द्यावं लागलं नाही. कोणत्याही महान लेखकानं अशा अडथळ्यांना तोंड दिलं असेल असंही मला वाटत नाही. उदाहरणार्थ, श्री श्री यांनी संपूर्ण साहित्य आत्मसात केलं होतं आणि फक्त *दास कॅपिटल* वाचून त्यांनी लिखाण केलं नव्हतं. त्यांनी *महाप्रस्थानम्* (१९५०) म्हणून कॅपिटलचं पुनर्लेखन केलं नव्हतं. काही ठिकाणी हे कुंपण ते काढून टाकू शकले, कारण त्यांनी *काशी-खंडम्* वाचलं होतं आणि वाचक म्हणून आपणही त्यांच्या या लेखनाला दाद देतो. म्हणून लेखक त्याच्या लेखनामधून अशा तात्त्विक मर्यादा ओलांडतो. पण समीक्षकांना हे मुळीच समजत नसल्याचं दिसतं! तुम्ही अशा मर्यादा ओलांडत नसाल, तर तुम्ही सर्जनशील लेखक नसता.

***विमुक्ता ही कल्पना कशी काय स्फुरली?***

विमुक्तामधील कथा वेगवेगळ्या वेळी लिहिल्या गेल्या आणि नंतर त्या एकत्र करण्यात आल्या. दूरदर्शनच्या सेन्सॉरशिपचं खंडन करण्यासाठी आणि शूर्पणखेचं दुःख व त्यावर तिने कशी मात केली हे दाखवण्यासाठी

मी पहिल्यांदा *समागम* (रियुनियन) ही कथा लिहिली. मी ती कथा लिहिली आणि नंतर विसरूनही गेले. त्यानंतर दोन एक वर्षांनी असेल, मी *मृण्मय नादम्* (पृथ्वीचं संगीत) लिहिली. ती कथा मी कशी लिहिली ते मला माहिती नाही, त्यावेळी माझी तंद्री लागली होती. ती लिहिण्याचं मी नियोजन केलं नव्हतं आणि ती मी कशी लिहिणार आहे तेही मला माहिती नव्हतं. मला फक्त पहिल्या दोन-तीन ओळी लिहिल्याचं आठवतं. त्यानंतर ती कथा कशी पुढे सरकली ते मला माहिती नाही. असा अनुभव मला कधीही आला नव्हता. आपण सगळेच जण आपापल्या कथांचं नियोजन करतो. त्यांची सुरुवात, कथेच्या मध्यवर्ती कल्पनेचा विकास, पात्रं वगैरे गोष्टींचा आपण विचार करतो. कविता कदाचित अशी तंद्रीत लिहिली जात असावी. पण मी अशा प्रकारे कथा कशी काय लिहिली ते मला माहिती नाही. माझ्या सुप्त मनाच्या खोलवरच्या भागातून ती नक्कीच वर आली असावी. माझ्या अंतःकरणात खोलवर असलेल्या कुठल्या तरी गोष्टीला स्पर्श झाला असावा, पण नेमकं काय झालं ते मला माहिती नाही. असो, तर त्यामुळे दोन कथा तयार झाल्या होत्या - शूर्पणखा आणि अहल्या. त्यानंतर मला सीतेभोवती आणखी दोन कथा लिहायच्या होत्या. म्हणून मग मी उर्मिला आणि रेणुका यांच्यावरच्या कथा जाणीवपूर्वक, ठरवून लिहिल्या.

***विमुक्ताचा उद्देश काय आहे? त्यात सीतेवर लक्ष केंद्रित करण्यात आलं आहे की इतर स्त्रियांवर?***

दोहोंवर. सीतेला इतरांकडून कोणत्या प्रकारच्या ताकदी मिळाल्या ते मला दाखवायचं होतं. फक्त आपल्याच जीवावर स्वातंत्र्य मिळवणं शक्य नसतं. त्यासाठी आपल्याला सहकाऱ्यांचा गट लागतो. त्यात स्त्रिया असतील किंवा इतर छळणूक, शोषण झालेला गट असेल, तर आपल्याला अशा गटाची गरज असते. त्यांच्या अनुभवांची आपल्याला मदत होते. त्याप्रमाणेच या महिलांच्या अनुभवांची सीतेला मदत झाली. *भगिनीभाव* ही स्त्रीवादातील महत्त्वाची संकल्पना आहे. या कथांच्या माध्यमातून ही संकल्पना आत्मसात करणं मला शक्य झालं. इतर सगळ्या स्त्रिया सीतेच्या भगिनी आहेत.

### या पुस्तकाला कसा प्रतिसाद मिळाला?

खूपच चांगला प्रतिसाद मिळाला. त्याला मुळीच नकारात्मक प्रतिसाद मिळाला नाही! अगदी टोकाच्या परंपरावाद्यांनीही खूपच सकारात्मक प्रतिसाद दिला आणि लेखनाच्या कौशल्याची प्रशंसाही केली. यात मी कोणाचंही खलनायक म्हणून चित्रण केलेलं नाही. ज्या परिस्थितींमध्ये महिलांना दुःख सहन करावं लागलं आणि ज्या परिस्थितींवर त्या मात करून बाहेर पडल्या त्या परिस्थितींचं, ऐतिहासिक आणि सांस्कृतिक संदर्भांचं मी वर्णन केलं आहे. सीतेच्या शोषणासाठी मी रामावर किंवा रावणावर दोषारोप केलेला नाही. मी समतोल दृष्टिकोन स्वीकारला, तो लोकांना खूप आवडला. अनेक लोकांनी मला असं सांगितलं की मी जशा कथन केल्या आहेत, अगदी नक्की तशाच गोष्टी घडल्या असाव्यात. खरं तर काही लोकांनी या कथा मूळ रामायणातीलच आहेत काय, असंही विचारलं. त्यामुळे या कथांनी मला भरपूर समाधान मिळवून दिलं.

### स्त्रीवादाविषयीचं तुमचं विकसित झालेलं आकलन म्हणून तुम्ही या समतोल दृष्टिकोनाकडे पाहता का?

होय. कालौघात आपलं आकलन परिपक्व होत जातं आणि व्यक्तीच्या लक्षात येतं की हा फक्त 'आपण' आणि 'ते', किंवा 'नायक' आणि 'खलनायक' यांच्यातील साधासुधा संघर्ष नाही. तर तिथे अगदी सरळसरळ दोन भागांत विभागून अवमूल्यन करणं शक्य नसलेल्या इतर अनेक समस्याही असतात.